दुग्धपदार्थ निर्मिती
मूलभूत व आधुनिक तंत्रज्ञान

डॉ. धीरज कंखरे
डॉ. सोमनाथ माने

सकाळ प्रकाशन

सकाळ प्रकाशन

Dugdhaprakriya Nirmiti : Mulbhoot va Aadhunik Tantradnyan
© Authors

दुग्धप्रक्रिया निर्मिती : मूलभूत व आधुनिक तंत्रज्ञान

लेखक : डॉ. धीरज कंखरे, डॉ. सोमनाथ माने

प्रथम आवृत्ती : सप्टेंबर २०१८

मुखपृष्ठ : जावेद

मुद्रितशोधन आणि
मांडणी : अश्विनी महाजन

प्रकाशक : सकाळ मीडिया प्रा. लि.
५९५, बुधवार पेठ,
पुणे ४११ ००२

ISBN : 978-93-87408-12-8

संपर्क : ०२०-२४४० ५६७८ / ८८८८८ ४९०५०
sakalprakashan@esakal.com

आई-वडिलांना...

ॠणनिर्देश

डॉ. कुमुद नाईक

डॉ. बी. आर. उल्मेक

डॉ. जी. आर. पाटील

ग्रंथाविषयी दोन शब्द

दुग्धप्रक्रिया तंत्र हे डॉ. धीरज कंखरे आणि डॉ. सोमनाथ माने यांनी लिहिलेले पुस्तक यापूर्वी मी वाचलेले आहे. कृषी विद्यापीठात दुग्धप्रक्रिया या विभागात काम करत त्यात अतिशय खोलवर संशोधनाच्या दिशेने माहिती मिळवून शेती व्यवसायाला पूरक असे महत्त्वाचे पुस्तक त्यांनी 'सकाळ'ला दिले.

पुन्हा त्याच विषयावर महाराष्ट्रातले—देशातले जे-जे चांगले आणि शास्त्रशुद्ध असेल, त्याची मांडणी करणारे *दुग्धप्रक्रिया निर्मिती : मूलभूत व आधुनिक तंत्रज्ञान* हे पुस्तक त्यांनी सिद्ध केले आहे. दुग्धव्यवसाय हा शेती व्यवसायाला पूरक किंवा स्वतंत्रपणाने मोठी अर्थवत्ता निर्माण करून देऊ शकतो, हे या पुस्तकाच्या मांडणीतून सिद्ध केलेले आहे. देशभरात निर्माण होणारे नवनवे दुग्धपदार्थ, आणि परदेशात आवडणारे असे दुग्धपदार्थ; अशा पदार्थांची प्रक्रिया खूप चिकित्सक व शास्त्रशुद्ध पद्धतीने दिलेली आहे. मला या क्षेत्राची फारच थोडी माहिती आहे. त्यामुळे हे सगळे वाचून मी थक्क झालो. किती मोठा व विस्तार असलेला हा व्यवसाय आहे; आणि भारतभर सगळ्यात जास्त मागणी दुधाला आणि दुधाच्या पदार्थांना आहे.

शेतीला पूरक व्यवसाय म्हणून आपण गाई, म्हशी, मेंढ्या, बकऱ्या यांच्या चांगल्या जातींना गेल्या पन्नास वर्षांत शासनामार्फत व स्वतंत्रपणे असे खूप पुढे घेऊन गेलो आहोत. 'गोकूळ' डेअरी, कोल्हापूर या ठिकाणी हा संपन्न असा अर्थव्यवहार मी समजून घेतला. आणखीही अनेक ठिकाणी 'डेअरी' व्यवसायासंबंधी खूप सखोल असे समजून घेतले, त्याचा अभ्यास केला. राष्ट्रीय डेअरी अनुसंधान संस्था या ठिकाणी माझे एक मित्र कार्यरत आहेत. त्यांच्याकडूनही या व्यवसायाची व्याप्ती किती मोठी आहे, हे मी जाणून घेतलेले आहे. डेअरी व्यवसाय हा फार मोठा उद्योग असून त्याच्याशी निगडित अशा हजारो माणसांना रोजगार निर्माण करून देणारा आहे. प्रत्येकाला आयुष्यात 'गोडी' हवी असते, ती दुधाने व दुग्धजन्य पदार्थांनी दिलेली आहे.

शेतकरी, उद्योजक, दुधापासून वेगवेगळे पदार्थ तयार करणारे, स्त्रियांनी चालवलेले बचत गट यांनी हे पुस्तक जरूर बारकाईने वाचावे व शक्य ते स्वीकारावे. यातून त्यांना नक्कीच नवी दिशा मिळेल असे या पुस्तकात खूप काही आहे.

महाराष्ट्राची शेती व त्याला जोडून असलेले अनेक शास्त्र यांचे नवे तंत्रशास्त्र विकसित करून शेतकरी संपन्न व्हावा यासाठी कृषी विद्यापीठांची स्थापना महाराष्ट्रात स्व. यशवंतराव चव्हाण साहेबांच्या विचारांतून झाली. पुष्कळ अंशी ती फलदायीसुद्धा झालेली आहे.

धीरज आणि सोमनाथ ही तरुण मुले स्वत:ला आपल्या विषयात गाडून घेऊन फार मोठे संशोधनाचे कार्य करत आहेत आणि 'ॲग्रोवन'सारख्या खास शेतकऱ्यांसाठी असलेल्या दैनिकात लिहितही आहेत, ही मला मोठी मोलाची गोष्ट वाटते. सकाळ माध्यम समूहाला धन्यवाद देतानाच या दोन्ही तरुण संशोधकांचे अभिनंदन. शेतकरी, उद्योजक, डेअरी व त्यासंबंधीच्या मंडळींनी हे पुस्तक जरूर वाचावे, एवढीच विनंती व शुभेच्छा!

– ना. धों. महानोर

मनोगत

राष्ट्रीय डेअरी अनुसंधान संस्था, कर्नाल येथे बऱ्याच वेळा जाणे होत असते. वर्ष-दीड वर्षांपूर्वी आम्ही असेच या संस्थेत तब्बल महिन्याभरासाठी वास्तव्यास होतो. 'ॲग्रोवन'चे अमित गद्रे यांना हे कळताच त्याने कर्नाल वास्तव्यादरम्यानच आग्रह धरला, की परत आल्यानंतर लगेचच वर्षभराच्या लेखमालिकेसाठी सुरुवात करा!

दुग्धप्रक्रिया तंत्र या आमच्या पहिल्या पुस्तकात पायाभूत व संशोधित माहिती भरपूर प्रमाणात दिली गेली होती. सदर पुस्तकाच्या चार आवृत्त्याही निघाल्या. त्यामुळे पहिल्या पुस्तकातल्या लेखांची, मजकुराची पुनरावृत्ती टाळून नवीन व राहून गेलेले सोपे तंत्रज्ञान, माहिती इत्यादी असे वर्षभरासाठी लिहिणे म्हणजे दिव्यच होते! परंतु 'ॲग्रोवन'ने भरपूर मोकळीक देऊन चांगल्या गोष्टीही सुचवल्या. खूप साऱ्या संशोधनाच्या मासिकांतून, ग्रंथांतून, चर्चांमधून, केलेल्या प्रयोगांतून, प्रात्यक्षिकांतून, पाहणीतून वर्षभराची लेखमाला या पुस्तकात आणता आली.

क्लिष्ट तंत्रज्ञानाच्या संज्ञा, परिभाषा टाळून, सामान्य शिक्षितास केंद्रस्थानी ठेवून त्याला समजण्यास सोपी भाषा वापरून, उपयोगात आणता येण्याजोगी माहिती देण्याचा प्रामाणिक प्रयत्न याही पुस्तकातून केला आहे. तरीदेखील काही बाबींची माहिती करून देण्याचे राहून गेले, या आमच्या मर्यादा समजाव्यात.

महाराष्ट्रात बचत गटांचे व शेतकरी उत्पादक कंपन्यांचे खूप मोठे जाळे तयार होत आहे. यात दूध व दुग्धजन्य पदार्थ, प्रक्रिया याला खूप वाव राहणार आहे. बरेच ग्राहक स्थानिक उत्पादकांकडून किंवा बचत गटांकडून खातरीशीर पदार्थ घेण्यास उत्सुक आहेत. अशा व्यावसायिकांसाठी हे पुस्तक उपयुक्त ठरेल. काही मुद्दे महत्त्वाचे असल्याने व ते सुटू नयेत आणि लेखातील मुख्य भाग जोडलेला राहावा यासाठी पुस्तकात काही मुद्द्यांचा उल्लेख वारंवार आढळेल.

'सकारात्मक उपक्रमशीलता' हाच प्राणवायू असलेले परममित्र डॉ. सोमनाथ माने यांच्या सतत 'पेरते व्हा'मुळेच हे पुस्तक 'उगवले'!

सकाळ प्रकाशनाचे सरव्यवस्थापक आशुतोष रामगीर आणि संपादक दीपाली चौधरी यांच्याशी होणाऱ्या चर्चेतून नवनवीन विषय सुचतात. त्यांच्या सहकार्याबद्दल त्यांचे विशेष आभार. लेखांच्या नेटक्या मांडणीमुळे वाचकांना वाचताना, समजताना सोपेपणा जाणवत असेल, समाधान मिळत असेल तर त्याचे श्रेय अश्विनी महाजन यांना!

सतत अभ्यासयोग करायला लावणारे शेतकरी, 'ॲग्रोवन' यांचे आभार. संशोधक, माझ्या प्रयोगशाळेतील विद्यार्थी यांचे विशेष आभार.

अनेक संकटांशी रोज झुंजणाऱ्या शेतकऱ्यांना स्मरण करून गुरुवर्य, पद्मश्री ना. धों. महानोरदादांच्या

शब्दांची ओंजळ त्यांच्या कष्टांना...

सूर्यनारायणा नित नेमानं उगवा
अंधाराच्या दारी थोडा उजेड पाठवा

मोडक्या घराच्या ब्रिंदावनाशी सांजेला
दिव्यांचा आधार जडो त्यांच्या संसाराला

ओंजळीनं भरू देगा पाखरांच्या चोची
दु:खात पंखांना असो सावली मायेची

आबादानी होवो शेत भरू दे दाण्यांचे
तुझ्या पालखीला शब्द बांधू तुकोबाचे

– डॉ. धीरज कंखरे
डॉ. सोमनाथ माने

अनुक्रमणिका

विभाग १ : दुग्धप्रक्रिया उद्योग : सद्यःस्थिती

विभाग २ : उद्योगाची सुरुवात करण्यापूर्वी

विभाग ३ : पारंपरिक आणि नवनवीन दुग्धपदार्थ

विभाग ४ : दुग्धपदार्थांचे गुणवत्ता मापन

विभाग ५ : दुग्धपदार्थांचे पॅकेजिंग

विभाग १

दुग्धप्रक्रिया उद्योग : सद्य:स्थिती

दुग्धप्रक्रियेचे नवीन तंत्र

> दुग्ध व्यवसायामध्ये गेल्या काही वर्षांत बदल झाले आहेत. नवीन तंत्रज्ञान, वेगवेगळे दुग्धजन्य पदार्थ, गुणवत्तेसाठी तपासणी, पॅकिंग तंत्रज्ञानाचा वापर दुग्धजन्य पदार्थांच्या निर्मितीमध्ये होत आहे. व्यवसायवाढ आणि पदार्थांची गुणवत्ता वाढवण्यासाठी नवीन तंत्रज्ञानाची ओळख आणि वापर महत्त्वाचा आहे.

आज दुग्धव्यवसायात गुंतवणूक करू इच्छिणारी, पूर्ण क्षमतेनिशी या व्यवसायात येऊ पाहणारी सुशिक्षित तरुण पिढी तांत्रिक माहिती जाणून घेण्याचा प्रयत्न करत आहे. आपल्या आर्थिक क्षमतेनुसार योग्य त्या तंत्रज्ञानाचा वापर करण्यास हा वर्ग उत्सुक आहे. असे असतानादेखील असाही वर्ग आहे, की ज्यांना या व्यवसायाविषयी खूपशी माहिती नाही. काहींना थोडीफार माहिती तर काहींना 'यातलं नेमकं काय घ्यावं' अशी स्थिती आहे. याच अनुषंगाने आपण दुग्धप्रक्रियेतील आधुनिक पद्धतींची माहिती घेणार आहोत. यामुळे योग्य ती माहिती उपलब्ध होऊन व्यवसायवाढ आणि उत्पादनाची गुणवत्ता राखणे शक्य होणार आहे.

माहिती-तंत्रज्ञानाचा वापर

माहिती-तंत्रज्ञानामुळे सगळे जग जवळ आले आहे. 'फेसबुक', 'व्हॉट्सअॅप'मुळे शेतकरी हे काही गटांसोबत जोडले जाऊन माहितीची देवाणघेवाण होते. अँड्रॉइड मोबाईलवर उपलब्ध असणारे विविध अॅपही तितकेच फायदेशीर आहेत. डेअरी/दुग्धप्रक्रियेतील अनेक अॅप, प्रक्रियेत वापरल्या जाणाऱ्या संज्ञा/विशिष्ट शब्दांचे अर्थ समजण्यासाठी त्याच विषयातील डिक्शनरी इत्यादी अनेक अॅपसंदर्भाबाबत माहिती करून घेणार आहोत. याचबरोबरीने अन्नसुरक्षा कायदा, प्रक्रिया, पॅकेजिंग, प्रशिक्षण या संदर्भातील संकेतस्थळावरील उपलब्ध माहिती डाउनलोड करून वाचता येईल. यातील विविध संकेतस्थळांबद्दलदेखील आपण माहिती मिळवू शकतो. दुग्धप्रक्रियेतील जाणकार शास्त्रज्ञांनी लिहिलेली पुस्तके, संदर्भग्रंथ यासंबंधीदेखील माहिती या पुस्तकातून आपल्याला मिळणार आहे.

चयापचय क्रियेसंबंधी विविध घटकांचा वापर

फायबरयुक्त (तंतुमय) दुग्धपदार्थ, ओमेगा-३, फॅटी अॅसिडचा वापर, लॅक्टोज (दुधातील साखर) असहिष्ण होणे यासाठी दुधात बदल घडवणे, प्रोबायोटिकचा वापर यांबाबत विविध संशोधन संस्थांमध्ये झालेल्या संशोधनांचे निष्कर्ष जाणून घेणार आहोत.

दुग्धप्रक्रियेसाठी यंत्रसामग्री

दुग्धपदार्थांसाठी प्रक्रिया करताना यंत्रसामग्रीचे महत्त्व अनन्यसाधारण आहे. *दुग्धप्रक्रिया तंत्र* या पुस्तकात यासंबंधीची माहिती दिली होती. मोठ्या

व छोट्या प्रमाणात दुग्धपदार्थ उत्पादनासाठी पनीर प्लान्ट, मोझारेला चीजसाठीचे छोटे युनिट, दुधातील रसायनांचे अवशेष जाणून घेण्यासाठीची यंत्रणा इत्यादी यांसारख्या नवीन अद्ययावत यंत्राची माहिती पुस्तकातून घेणार आहोत.

कमी कॅलरीजचे पारंपरिक दुग्धपदार्थ

बदललेल्या जीवनशैलीमुळे मोठा ग्राहकवर्ग (खर्चाची क्रयशक्ती असलेला) कमी कॅलरीज असलेल्या पदार्थांकडे आकृष्ट होत आहे. अत्यंत गोड परंतु कमी कॅलरीज असलेल्या (०-४) कृत्रिम साखरेचा उपयोग करून, सोबत बल्किंग एजंटचा वापर करून बर्फी, गुलाबजाम, रसगुल्ला, श्रीखंड, लस्सी इत्यादी दुग्धपदार्थ तयार करता येतात. यामुळे कॅलरीची काळजी करणाऱ्या ग्राहकांची बाजारपेठ आपल्याला मिळवणे शक्य आहे.

औद्योगिक प्रदर्शन / मेळावे / चर्चासत्र

दुग्धपदार्थ तसेच दुग्धव्यवसायातील अनेक संस्था वर्षभरात अनेक ठिकाणी प्रदर्शन आयोजित करत असतात. अनेक लहान-मोठ्या कंपन्या यात सहभाग नोंदवतात. त्या ठिकाणी या कंपन्या आपली उत्पादने मांडतात. अशा प्रकारचे प्रदर्शन / मेळावे हे योग्य, आवश्यक माहितीचा उत्तम स्रोत असतात. काही संस्थांचे, गटांचे या प्रकारच्या प्रदर्शनाचे / मेळाव्याचे वर्षभराचे वेळापत्रक जवळपास ठरलेले असते. त्यानुसार, आपण देशभरातील प्रदर्शनांबाबत माहिती घेऊ या.

औषधी वनस्पतींचा वापर

अनेक औषधी वनस्पतींमध्ये आरोग्यासाठी चांगले घटक असतात. या अशा विविध प्रकारच्या वनस्पतींचा वापर करून दुग्धपदार्थांची कार्यशीलता वाढवता येईल. उदाहरणार्थ, कोरफड, अश्वगंधा यांचा वापर; तसेच दुग्धपदार्थांची टिकवणक्षमता वाढवण्यासाठी अशा प्रकारच्या जैविक पर्यायांचा वापर करता येतो. त्याचीही माहिती दुग्धजन्य पदार्थांच्या निर्मिती करणाऱ्यांना उपयोगी ठरणार आहे.

पॅकेजिंग

दुग्धजन्य पदार्थांसाठी 'ॲक्टिव आणि इंटेलिजन्ट पॅकेजिंग', 'ॲंटिमायक्रोबिअल पॅकेजिंग सिस्टिम', 'बायोडिग्रेडेबल पॅकेजिंग, रिटॉर्ट पॅकेजिंग' या तंत्रज्ञानातील संशोधन याचबरोबरीने दुग्धपदार्थ टिकवण्याच्या काळात थोडी वाढ करता येईल अशा पॅकेजिंग तंत्रज्ञानाची माहिती या पुस्तकातून घेणार आहोत.

पारंपरिक दुग्धपदार्थ

अनेक जुन्या चांगल्या गोष्टी नष्ट होण्याच्या मार्गावर

आहेत. विविध प्रजाती, वनस्पती, बियाणांच्या बरोबरीने दुग्धपदार्थदेखील अपवाद नाहीत. प्रचंड विविधता असणाऱ्या आपल्या देशात दुग्धपदार्थांच्या बाबतीतही तितकीच विविधता आढळते. कुंदा, बालमिठाई, छन्ना पोडो, सुरती पनीर, छन्ना गाजा, फिरनी, कलारी, सेविया, खुरचन, राजभोग हे देशातील बाजारपेठेत मागणी असणारे विविध पदार्थ आहेत. याव्यतिरिक्त बालसाही, कपूर कंद, कराड खीर, कश्मिरी केशरी फिरनी, हलवासन, थाबडी इत्यादी पारंपरिक; परंतु मोठ्या प्रमाणात न वापरल्या जाणाऱ्या दुग्धपदार्थांचीही थोडक्यात माहिती पुस्तकात मांडण्याचा प्रयत्न आहे. अशा प्रकारच्या दुग्धपदार्थांचे मूळ, शुद्ध स्वरूपातील कृती स्वीकारून किंवा मांडणी, पॅकेजिंग, पौष्टिकता इत्यादीसंबंधी थोडा वेगळा विचार करून आपल्या भागातील बाजारपेठेत विक्रीसाठी प्रयोग करता येईल.

अन्नसुरक्षा

अनेक कंपन्यांसंबंधी किंवा त्यांच्या उत्पादनावर आपण GMP, HACCP, ISO, GAP ही नावे वाचत असतो. सुरक्षित, उत्तम गुणवत्ता ग्राहकांच्या मनात एक प्रकारची विश्वासार्हता निर्माण करण्यास उपयुक्त ठरते. मध्यम, लहान व्यावसायिकांनी ही मानके समजावून घेऊन त्याची आपल्या स्तरावर अंमलबजावणी करून उत्पादनाची गुणवत्ता वाढवता येते.

दूध भेसळ

बदलत्या काळाचे, हुशार ग्राहकांचे भान ठेवून गुणवत्तापूर्ण दुग्धपदार्थ-निर्मिती करणाऱ्यांसाठी दूध भेसळ ही एक खूप मोठी समस्या आहे. दुग्धपदार्थांचा उत्तम दर्जा राखण्यासाठी त्याच दर्जाचे दूधही आवश्यकच आहे. भेसळीला आवर घालण्यासाठी ती ओळखण्यासाठी वेगवेगळ्या तपासणीपद्धती, यंत्रे मागील काही वर्षांत विकसित झाली आहेत. याविषयीची महत्त्वाची माहिती या पुस्तकात आपण घेणार आहोत.

ज्ञानेंद्रियानुसार / संवेदनानुसार दुग्धपदार्थांचे मूल्यमापन

कुठल्याही पदार्थात 'ज्ञानेंद्रियानुसार मूल्यमापन' हा एक वेगळा, परंतु महत्त्वाचा विषय आहे. हे एक प्रकारे शास्त्र आहे. पदार्थ 'छान झालाय' म्हणजे नक्की काय, ते आपणास सांगता येत नाही. शिवाय, एखादा गुणवत्तापूर्ण दुग्धपदार्थ कसा असायला हवा व कसा नको, हे या मूल्यमापनानुसार ठरलेले असते. ज्ञानेंद्रियाच्या मूल्यमापनानुसार पदार्थातील एखादा दोष समजल्यास तो तयार करण्याच्या पद्धतीतील काही चुकांमुळे चुकला किंवा सामग्रीतील दोषामुळे किंवा कसे, इत्यादीविषयी नेमकी भाकिते वर्तवता येतात. याविषयीची प्राथमिक माहिती प्रक्रिया करणाऱ्यास आवश्यक असते.

वरील नमूद केलेले (आणि न केलेले) मुद्दे दुग्धव्यवसायातील प्राथमिक तसेच आधुनिक तंत्राचा विशाल पट दाखवून देतात. या विविध मुद्द्यांतील व त्या अनुषंगाने येणाऱ्या बाबींची थोडीफार माहिती पुस्तकातील विविध प्रकरणांत क्लिष्ट तंत्रज्ञान टाळून सोप्या भाषेत देण्याचा प्रयत्न करत आहोत.

■

दुग्धव्यवसायाची सद्य:स्थिती

'डेअरी इंडिया - २०१७'च्या ग्रंथातील डॉ. आर. पी. अनेजा यांच्या लेखात इंग्लंडचे पंतप्रधान श्री. डेव्हिड कॅमेरॉन यांचे वाक्य दिले आहे : 'अधिक प्रमाणावर निर्मिती अधिकपणे त्याचसारखी म्हणजे कमी स्पर्धा, कमी वाढ, कमी रोजगार.'

सध्याच्या डेअरीच्या परिस्थितीचे वर्णन करण्यासाठी वरील वाक्य अगदी चपखल बसते. 'भारत हा जगातील सर्वात जास्त दूध उत्पादन करणारा देश' हे अनेकदा सांगितले आणि लिहिले गेले आहे. अधिक प्रमाणावर सारखी निर्मिती (दुधाची) होत राहील. परंतु स्पर्धेचे काय? आपण या पैलूचा विचारच नाही केला तर होणारी वाढही मंद होईल. आणि त्याचा परिणाम दुग्ध-उत्पादनावर उदरनिर्वाह करणाऱ्या लाखो शेतकऱ्यांवर होईल.

भारतीय डेअरी उद्योग चिंताजनक वळणावर आहे. दूध उत्पादन, प्रक्रिया, मार्केटिंगमध्ये आपण अभिमानास्पद कामगिरी करत आहोतच; परंतु त्याच वेळेस आपणास जागतिक स्तरावर स्पर्धा करण्यासाठी, बाजारातील आयात दुग्धपदार्थांशी टक्कर देण्यासाठी गुणवत्ता आणि नावीन्यपूर्णता याकडे वाढता कल हवा!

केंद्र सरकारच्या कृषी, पशुसंवर्धन, दुग्ध व मत्स्य मंत्रालयाच्या २०१७-१८च्या वार्षिक अहवालानुसार भारताचे दूध उत्पादन २०१६-१७मध्ये १६५.४ दशलक्ष टन एवढे होते. आपल्या देशाचा दूध-उत्पादनात प्रथम क्रमांक लागतो. याचे सर्वस्वी श्रेय सामान्य शेतकऱ्यांना आहे. कारण ७५% ग्रामीण भागात घरगुती जनावरांची संख्या सरासरी दोन ते चार आहे. शिवाय, दुग्धव्यवसाय हा नियमित उत्पन्नाचे व कमाईचे साधन आहे. तसेच शेतकऱ्यांसाठी पशुधन म्हणजे 'सुरक्षित मालमत्ताच' जणू!

मागील दोन पशुगणनेतील तुलना

प्रजाती / वर्ग	पशुधन गणती (दशलक्ष) (२००७)	पशुधन गणती (दशलक्ष) (२०१२)	वाढीचा वेग (%) (२००७-१२)
गाई-बैल	१९९.१	१९०.९	−४.१०
म्हैसवर्गीय	१०५.३	१०८.७	३.१९
मेंढी	७१.६	६५.०७	−९.०७
शेळी	१४०.५	१३५.२	−३.८२

स्रोत : वार्षिक अहवाल, २०१७-१८, पशुसंवर्धन आणि दुग्धव्यवसाय व मत्स्य, भारत सरकार

दूध-उत्पादनातील जगातील अव्वल देश

देश	उत्पादनातील क्रमांक (दूध-उत्पादन दशलक्ष टन)	देश	उत्पादनातील क्रमांक (दूध-उत्पादन दशलक्ष टन)
भारत	१ (१५५.२०)	रशिया फेडरेशन	६ (२९.९९)
अमेरिका	२ (९६.३५)	जर्मनी	७ (२९.४०)
चीन	३ (४३.३८)	फ्रान्स	८ (२२.७०)
पाकिस्तान	४ (४२.००)	न्यूझीलंड	९ (२१.५२)
ब्राझील	५ (३६.२७)		

स्रोत : एफएओ, फूड आउटलूक, २०१६ आणि एनडीडीबी डेअरी स्टॅटिस्टिक्स

दूध-उत्पादनातील अव्वल राज्य

राज्य	उत्पादनातील क्रमांक (दूध-उत्पादन दशलक्ष टन)	राज्य	उत्पादनातील क्रमांक (दूध-उत्पादन दशलक्ष टन)
उत्तर प्रदेश	१ (२७.५५)	पंजाब	६ (११.२८)
राजस्थान	२ (१९.३५)	महाराष्ट्र	७ (१०.४०)
मध्य प्रदेश	३ (१३.४४)	हरियाणा	८ (८.९७)
गुजरात	४ (१२.७८)	बिहार	९ (८.७१)
आंध्र प्रदेश	५ (१२.१७)	तमिळनाडू	१० (७.५५)

स्रोत : स्मरणिका, ४६वी, डेअरी इंडस्ट्री कॉन्फरन्स, २०१८, पान क्रमांक ४१.

राज्यातील उपलब्ध गोधनापासून दूध-उत्पादनाच्या सरासरीचा विचार करता उत्तर प्रदेशात ३.८ किलो / दिवस, राजस्थान ६.१ किलो / दिवस, पंजाब ४.८ किलो / दिवस, आंध्र प्रदेश ५.२ किलो / दिवस, तर हरियाणामध्ये ३.१ किलो / दिवस दूध-उत्पादन आहे.

दूध-उत्पादनाचा कल

वर्ष	दूध-उत्पादन (दशलक्ष टन / वर्ष)	दरडोई उपलब्धता (ग्रॅम / दिन)
१९९०-९१	५३.९	१७६
२०००-०१	८०.६	२१७
२०१०-११	१२१.८	२८१
२०१४-१५	१४६.३	३१०

दूध-उत्पादनातील सरासरी वाढता कल

वर्ष	टक्केवारी (%)
१९८०-८१ ते १९९०-९१	५.४८
१९९०-९१ ते २०००-०१	४.१०
२०००-०१ ते २०१०-११	४.२२
२०१०-११ ते २०१४-१५	४.६८

- २०१४-१५मध्ये भारताचे दूध-उत्पादन १४६.३ २०१४ दशलक्ष टन होते. याच वर्षी दूध-उत्पादनापैकी म्हशीच्या दुधाचा वाटा ५१%, संकरित गाईचा २५%, अनोळखी गाईचा २०% आणि शेळीच्या दुधाचा वाटा ४% एवढा आहे.
- उत्तर प्रदेश १६.८३%, राजस्थान ११.८३%, मध्य प्रदेश ८.२१%, गुजरात ७.८१%, आणि आंध्र प्रदेश ७.४४% या पाच राज्यांचा भारताच्या दूध-उत्पादनात जवळपास निम्म्याने वाटा आहे.
- २०१५-१६मध्ये भारताचे दूध-उत्पादन १५५.५ दशलक्ष टन होते; तर २०१६मध्ये जागतिक दूध-उत्पादन हे ८१७ दशलक्ष एवढे होते.
- भारतात दुधाची दरडोई उपलब्धता (२०१५-१६मध्ये) ३३७ ग्रॅम / दिवस एवढी होती; तर त्याच वर्षी जागतिक दरडोई उपलब्धता २२९ ग्रॅम / दिन होती, तर २०१६-१७मध्ये दरडोई उपलब्धता ३५५ ग्रॅम / दिन एवढी होती.
- २०१६-१७च्या आकडेवारीनुसार भारताच्या दूध-उत्पादनवाढीचा दर ६.३%; तर जगाचा दूध-उत्पादनवाढीचा दर ३.१% होता.
- महाराष्ट्राचे दूध-उत्पादन १०.४० दशलक्ष टन असून महाराष्ट्राचा देशात सातवा क्रमांक लागतो. महाराष्ट्रात दुधाची दरडोई उपलब्धता २४३ ग्रॅम / दिन एवढी आहे.
- जागतिक दूध-उत्पादनात भारताचा वाटा १९% एवढा आहे.
- शहरी घरगुती भागात अन्नावरील एकूण खर्चापैकी १६% खर्च हा दूध आणि दुग्ध पदार्थांवर होतो.
- ग्रामीण भारतात ७० दशलक्ष लोक डेअरी क्षेत्रात व्यस्त किंवा गुंतलेले आहेत.
- भारतातील एकूण दूध-उत्पादनापैकी ९२% दूध-

उत्पादन ग्रामीण भागात तर ८% दूध-उत्पादन शहरी भागात होते.

- दूध-उत्पादनात प्रदेश, विभागानुसार, पूर्व विभागाचा वाटा १२%, दक्षिण विभागाचा २०%, पश्चिम विभागाचा २३%, तर उत्तर विभागाचा वाटा सर्वात जास्त म्हणजे ४५% एवढा आहे.
- दूध हे कृषी क्षेत्रातील सर्वात मोठे 'पीक' होय!
- पीक क्षेत्राच्या तुलनेत पशुधनवाढीचा दर हा १.५ पट जास्त आहे.
- नियोजन मंडळाच्या २०१२च्या अहवालानुसार, लहान शेतकऱ्यांसाठी पशुधन हे उपजीविकेचे साधन आहे. आणि त्यांच्या उत्पन्नात १६% योगदान पशुधनाच्या उत्पन्नाचे आहे. गुजरातमध्ये याचे प्रमाण २४.४%, हरियाणा २४.२%, पंजाब २०.२%, आणि बिहार १८.७% एवढे आहे.
- म्हैस आणि शेळी या पशुधनात भारताचा जगात प्रथम क्रमांक लागतो.
- गाय आणि मेंढी यांच्या एकूण संख्येत भारताचा जगात दुसरा क्रमांक, तर अंडी उत्पादनात जगात तिसरा क्रमांक लागतो.
  * कृषि आणि तत्सदृश घटकांचा राष्ट्रीय उत्पादनात (GDP) वाटा : १५.१०% (२०१२-१३)
  * पशुधन क्षेत्राचा कृषीच्या राष्ट्रीय उत्पादनात (GDP) वाटा : २६.५% (२०१५-१६)
  * पशुधन क्षेत्राचा एकूण राष्ट्रीय उत्पादनात (GDP) वाटा : ४.१% (२०१२-१३)
- २०१५-१६मध्ये १७५५.०७ दशलक्ष टन दुग्ध-उत्पादनाची निर्यात केली गेली होती. ज्याचे मूल्य ७५४.१८ करोड रुपये एवढे होते.
- २०१६मध्ये जागतिक दूध उत्पादन ८२२ दशलक्ष टन एवढे होते. याच वर्षी जागतिक दरडोई उपलब्धता २२९ ग्रॅम / दिन होती.

भारतीय डेअरी : विसंगतता

दूध-उत्पादनात भारत जगातील अव्वल देश असला तरी आपण दुसरी बाजू तपासावयास हवी. भारताची दरडोई उपलब्धता ३१० ग्रॅम / दिन ही जरी जागतिक सरासरी (२९४ ग्रॅम / दिन)पेक्षा जास्त असली तरी राज्याराज्यांचा दरडोई उपलब्धतेचा विचार केला तर तो आकडा ४० ग्रॅम ते जवळपास १ लीटरपर्यंत एवढ्या विविधतेसह आढळतो. तसेच यात ग्राहकाच्या क्रयशक्तीचाही विचार करायला हवा.

एकूण जागतिक पशुधनापैकी २३% पशुधन भारतात आहे, जे एकूण जगाच्या १५% दूध-उत्पादन करते. जागतिक पशुधनापैकी अमेरिकेत केवळ ६% पशुधन आहे; परंतु अमेरिका एकूण जगाच्या १२.५% दूध-उत्पादन करते. याचे मुख्य कारण म्हणजे भारतातील पशुधनाचे अत्यंत कमी उत्पादन. आपल्या देशातील पशुधनाचे सरासरी दूध-उत्पादन प्रति वेत केवळ ११७२ लीटर एवढे कमी आहे. हाच आकडा प्रगत देशात पाच हजार ते सात-आठ हजारांपर्यंत आहे. गोधनापासून सरासरी ३.८ किलो / दिवस दूध-उत्पादन मिळते, अमेरिकेत २७.६ किलो / दिवस, चीन ६.० किलो / दिवस, ब्राझील ३.३ किलो / दिवस, तर पाकिस्तानात ही आकडेवारी १.८ किलो / दिवस आहे.

विविध प्रजातींचे दूध उत्पादनातील योगदान (२०१६-१७)

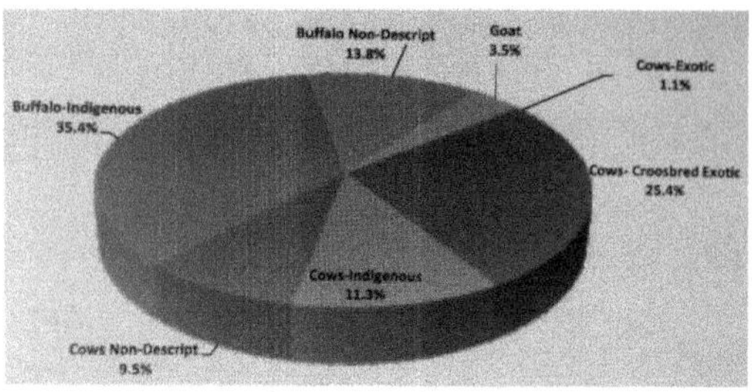

स्रोत : वार्षिक अहवाल, २०१७-१८, पशुसंवर्धन आणि दुग्धव्यवसाय व मत्स्य, भारत सरकार

■

दुग्धप्रक्रिया व्यवसायातील यशासाठी ॲप्सचे महत्त्व

दुग्धप्रक्रियेतील माहिती वेळच्या वेळी मिळाल्यास व्यवसायातील उत्पादित पदार्थांची गुणवत्ता वाढण्यास व नावीन्य टिकून राहण्यास मदत होते. एकूणच व्यवसायवाढीसाठी खूप फायदा होता. यासाठी स्मार्टफोनमधील थोडेसे तंत्र समजून घेतल्यास आपल्या व्यवसायासाठी त्याचा उपयोग आपणास हवा तेव्हा करता येईल, फक्त गरज आहे ती थोडी इच्छाशक्ती आणि नवीन तंत्रज्ञान समजून घेण्याची...

दुग्धप्रक्रिया व्यवसाय सुरू करण्याअगोदर किंवा करत असताना त्यात येणाऱ्या अडचणी, आवश्यक असणारी नवी किंवा पायाभूत माहिती मिळण्यास काही वेळा अडचण येते. ही माहिती मिळवण्यासाठी विविध प्रकारचे ॲप्स सध्या उपलब्ध आहेत.

शब्दकोश ॲप : (फूड डिक्शनरी)

दुग्धपदार्थ प्रक्रिया करताना तांत्रिक माहिती समजावून घेताना अनेक वेळेस विशिष्ट तांत्रिक शब्द, सामग्रीची नावे ऐकलेली नसतात. अशा वेळेस विषय नीटपणे समजून घेण्यासाठी अनेक शब्दकोश (डिक्शनरी) ॲप स्वरूपात उपलब्ध आहेत. ज्यात आपण आपल्याला हवा असलेला शब्द टाइप करून त्या शब्दांचे विविध अर्थ तसेच विरुद्ध अर्थी शब्दही जाणून घेऊ शकतो.

सर्वसाधारण शब्दकोशात दुग्धप्रक्रिया किंवा त्या संदर्भातील शब्दांची किंवा अर्थाची वानवा असते. यासाठी काही फूड डिक्शनरी ॲप्स खूप लाभदायक ठरतात. काही फूड डिक्शनरींमध्ये ब्रेड, धान्य, चीज, स्वयंपाकातील संज्ञा, फूड ॲडिटिव्ह, फळे, भाज्या, तेल, पोषण, मांस व त्यापासूनचे पदार्थ, मसाले, सॉस असे अनेक भाग पाडले असून, या प्रत्येक भागात त्या त्या शब्दांच्या अनुषंगाने येणाऱ्या शब्दांची माहिती फोटोसह दिली जाते. उदाहरणार्थ, 'डेअरी पदार्थ' यावर क्लिक केले असता दूध, क्रीम, ड्राय मिल्क, सोया दूध, इव्हॅपोरेटेड मिल्क इत्यादी असे अनेक शब्द येतात. हव्या असलेल्या शब्दावर क्लिक केल्यास त्या विषयाचा फोटो व विस्तृत माहिती समोर येते.

खरेदी-विक्रीसाठी ॲप

काही विशेष, सहज बाजारात न मिळणारी सामग्री आपणास विविध ॲप्सवर मिळू शकेल; परंतु हे ॲप डाउनलोड करून घेणे गरजेचे आहे. ऑनलाइन खरेदी-विक्रीसाठी इंटरनेट आवश्यक आहे. काही ॲप्सवर 'माल ताब्यात आल्यानंतर पैसे द्या', असादेखील पर्याय उपलब्ध असतो.

फेसबुक

संपर्कक्रांतीचे माध्यम म्हणून फेसबुककडे पाहिले जाते. फेसबुकवर आपण आपले अकाउंट उघडून संपर्क, ग्रुप तयार करू शकतो. विविध उत्पादन करणाऱ्या मोठमोठ्या कंपन्या फेसबुकशी जोडल्या गेल्या आहेत. आपण आपल्या उत्पादनाचे, कंपनीचे पेज फेसबुकवर तयार करू शकतो.

- आपण फेसबुकवरील 'शोधा' (सर्च) पर्यायामध्ये हव्या असणाऱ्या ग्रुपसंबंधीचे शब्द टाइप केले की या अंतर्गत सर्व ग्रुप समोर येतात. या ग्रुपमध्ये माहितीची देवाणघेवाण होते, प्रश्नही विचारले जातात; परंतु माहितीची विश्वासार्हता आपण तपासून घ्यायला हवी.
- एखाद्या विषयाची माहिती, लिंक, फोटो, व्हिडिओ आपण फेसबुकवर शेअर करू शकतो.
- आपण एखाद्या ग्रुपशी संपर्कात असलो तर त्या त्या विषयातील घडामोडी, बातम्या आपल्याला वेळोवेळी मिळत राहतात.

व्हॉट्सॲप

- सध्या व्हॉट्सॲपचा वापर प्रचंड आहे; परंतु व्यवसायासाठी तसा व्हॉट्सॲपचा वापर कमीच आहे. विशिष्ट ग्रुप तयार करून आपापल्या ठरावीक विषयासंदर्भातील नवनवीन माहितीची देवाणघेवाण होऊन काही प्रश्न सोडवण्यास नक्की मदत होते. तसेच, या माध्यमातून माहिती शेअर करणे, फोटो तसेच व्हिडिओ शेअर करणे सोपे असते.
- आपल्या मोबाईलमध्ये हे ॲप नसल्यास ते गुगल प्ले स्टोअरवरून डाउनलोड करून घ्यावे.

दुग्धप्रक्रिया, पशुसंवर्धनाविषयी...

- राष्ट्रीय डेअरी विकास मंडळाने (एनडीडीबी) काही महिन्यांपूर्वी 'पशुपोषण' नावाने ॲप सुरू केले आहे. यात आपल्या जनावरांची नोंदणी केली असल्यास या ॲपच्या तांत्रिक माहितीचा, सल्ल्याचा लाभ शेतकऱ्यांना घेता येतो. डेअरी आणि त्याविषयीच्या अनेक ॲप्सचा वापर प्रचलित करून लाभ घेता येईल. दुग्धप्रक्रियेशिवाय पशुसंवर्धन संदर्भातदेखील काही चांगले ॲप आहेत.
- काही ॲप हे जनावरांचे पोषण, रोगांची माहिती, कासदाह नियंत्रण, गोचीड-माश्या-जंत-नियंत्रण यावरही थोडक्यात टिप्स देतात. कोरड्या चाऱ्याची पौष्टिकता कशी वाढवावी, नवीन जनावर घेताना काय काळजी घ्याल इत्यादीबाबत इंग्लिशमध्ये माहिती दिलेली आहे. अगदी थोडक्यात, परंतु अत्यंत उपयुक्त अशी माहिती काही ॲप पुरवतात.
- भारतीय पशु-चिकित्सा अनुसंधान संस्थान, इज्जतनगर या भारतीय कृषी अनुसंधान परिषद, नवी दिल्ली अंतर्गत येणाऱ्या संस्थेने हिंदीत 'पशु प्रजनन ॲप' तयार केले आहे.

दुग्धप्रक्रिया व्यवसायासाठी मोबाईल ॲपचा वापर

- आपल्याला हवी ती माहिती काही मिनिटांत उपलब्ध होण्यासाठी विविध मोबाईल ॲपचा उपयोग करता येतो.
- ॲप म्हणजे एखाद्या विषयाची आवश्यक, जुजबी, उपयुक्त माहिती थेट, थोडक्यात उपलब्ध करून देणे; जेणेकरून त्या ॲपद्वारे अनेक प्रकारचे आवश्यक विषयातील फायदे मिळतील.
- ॲप वापरणे अगदी सोपे आहे. ॲपच्या माध्यमातून नुसती माहिती देणे हा उद्देश नसून, याव्यतिरिक्त खरेदी-विक्री, संपर्क, प्रवास, नियोजन, नोंदणी, आरक्षण इत्यादी अनेक गोष्टी घरबसल्या करता येतात आणि याची आवश्यक माहितीही आपल्याला मिळवता येते.
- ॲप्स डाउनलोड करण्यासाठी आपल्या मोबाईलमध्ये अँड्रॉइड किंवा तत्सम आज्ञावली असणे आवश्यक आहे. आजकाल सर्वच स्मार्टफोनमध्ये या प्रकारच्या आज्ञावली आहेत.
- विविध ॲप्स डाउनलोड करण्यासाठी आपणाला अगोदर 'गुगल प्ले स्टोअर'मधून ती घेता येतील किंवा या प्ले स्टोअरमध्ये 'शोधा' या पर्यायामध्ये जो ॲप हवा आहे त्या संबंधीचे शब्द टाइप करावे लागतात. ॲपचे नाव माहीत नसल्यास त्या विषयातील मुख्य शब्द टाइप करावा. सदर गुगल प्ले स्टोअर अनेक स्मार्टफोनमध्ये अगोदरच अंतर्भूत असते. नसेल तर इंटरनेटद्वारे ते आपल्या मोबाईलमध्ये घेता येते.
- हव्या असणाऱ्या ॲपचे नाव टाकल्यानंतर त्यांच्या जोडीस साधर्म्य असणारे इतर ॲपही आपल्याला सापडतात.
- सदर ॲपवर क्लिक करून आपण त्यासंबंधी माहिती घेऊ शकतो. त्यात काय आहे, सदर ॲप मोफत आहे का, त्याचे रेटिंग, त्याखाली ॲप वापरणाऱ्यांचे अनुभव दिलेले असतात. आपणास ॲप आवडल्यास आणि तो हवा असल्यास आपण 'इनस्टॉल' शब्दावर क्लिक करून नंतर 'ॲक्सेप्ट' बटण दाबून ॲप आपल्या मोबाईलमध्ये घेऊ शकतो.
- डाउनलोड केलेले ॲप भविष्यात वापरण्यासाठी इंटरनेटची आवश्यकता असू शकते किंवा नसूही शकते.
- दुग्धप्रक्रियेतील ॲपमध्ये दुग्धपदार्थांच्या पाककृतीसाठी व डेअरी पदार्थांसाठी स्वतंत्र ॲप आहेत. या प्रकारचे किंवा या नावाचे ॲप नवीन दुग्धपदार्थ सुचवण्यास नक्कीच मदत करतात.
- 'डेअरी फूड' या परदेशातील ॲपमध्ये बातम्या स्वरूपात माहिती मिळते. त्यात मशिनरी, प्रक्रिया, अन्नसुरक्षा असे भाग पाडले आहेत. अन्नपदार्थ तयार करण्यासाठी लागणारी विविध सामग्री जसे कृत्रिम साखर, तंतुमय पदार्थ, स्वाद / रंग, विरजण, संप्रेरके इत्यादी संबंधी वेगवेगळ्या संकेतस्थळांवरून माहिती दिली जाते. यात आपण अनेक व्हिडिओसुद्धा पाहू शकतो. अशा प्रकारचे अनेक ॲप्स आहेत, त्याचा फायदा घेता येईल.

■

पुस्तकांतून मिळते दुग्धप्रक्रियेचे सखोल ज्ञान

> दुग्ध व्यवसाय यशस्वी करण्यासाठी पायाभूत किंवा नवीन तंत्रज्ञानाची माहिती पुस्तकरूपात विस्तारली आहे. परंतु, याकडे बऱ्याच वेळेस दुर्लक्ष करून फक्त मौखिक माहितीवर भर दिला जातो. अशी विविध उपयुक्त पुस्तके संग्राह्य ठेवल्यास ती आपल्याला हवी तेव्हा उपलब्ध असतात आणि आपल्या अडचणी सोडवण्यास, विषय नीट समजून देण्यास मदत करतात.

दुग्धप्रक्रियेसंबंधी इंग्लिश व मराठी भाषेत अनेक उत्तम पुस्तके उपलब्ध आहेत; परंतु पुस्तकाचे आकारमान, किंमत, विषय, लेखनशैली या गोष्टींची कल्पना सुरुवातीलाच असणे गरजेचे आहे. त्यामुळे पुस्तक कितपत संग्राह्य मानावे, हे कळू शकते. एकूणच पुस्तक कुठले घ्यावे, हा संभ्रम निर्माण होतोच. त्यामुळे दुग्धप्रक्रियेतील काही उत्तम पुस्तकांतील माहितीचा नक्कीच उपयोग होईल.

टेक्नॉलॉजी ऑफ इंडियन मिल्क प्रॉडक्ट्स

- *टेक्नॉलॉजी ऑफ इंडियन मिल्क प्रॉडक्ट्स* हे उत्तम पुस्तक आर. पी. अनेजा, बी. एन. माथुर, आर. सी. चंदन आणि ए. के. बॅनर्जी या नामवंत अभ्यासकांनी इंग्लिश भाषेत लिहिले आहे. हे मोठे आणि सर्वसमावेशक पुस्तक आहे. या पुस्तकात सात मुख्य भागांतर्गत पुस्तक सर्वसमावेशक करण्याचा प्रयत्न केला आहे.
- विविध राज्यांतील दुग्धपदार्थांचा समावेश या पुस्तकात केलेला आहे. विशेष म्हणजे, या पुस्तकात अनेकविध दुग्धपदार्थांत संशोधित केलेले तंत्रज्ञान, कृती, पॅकेजिंग, घटक इत्यादीचे प्रयोग अशी एकसंध माहिती मिळते.
- या पुस्तकात प्रक्रियेचे तत्त्व, औद्योगिक उत्पादनाचे नियोजन, अंमलबजावणी, तंत्रज्ञान, औद्योगिकीकरणातील नवीन माहिती, गुणवत्तापूर्ण व सुरक्षित अन्नासाठीच्या व्यवस्थापन पद्धतीची माहिती दिली आहे. ज्यात GMP, HACCP, ISO, Codex इत्यादींचीही माहिती दिली आहे.
- एका भागात प्रकल्पाचे नियोजन, खर्चाचा अंदाज तसेच मोठ्या स्तरावरील उत्पादनासाठीचे नियोजन रेखाचित्रांसह दिले आहे. यासोबतच दुग्धपदार्थांच्या पोषण आणि स्वास्थ्य याविषयीची दिलेली नेमकी माहिती उपयुक्त आहे.

आउटलाइन्स ऑफ डेअरी टेक्नॉलॉजी

आउटलाइन्स ऑफ डेअरी टेक्नॉलॉजी हे सुकुमार डे लिखित पुस्तक म्हणजे दुग्धप्रक्रिया विषयातील पायाभूत तांत्रिक माहितीची गीताच समजली जाते. या पुस्तकात दुग्धपदार्थांच्या कृतींसह त्यातील घटक आणि इतर माहितीचा समावेश आहे. दुग्धप्रक्रियेविषयी जाणून घेण्यासाठी हे पुस्तक प्रथम अभ्यासावे.

राष्ट्रीय डेअरी अनुसंधान संस्थेची पुस्तके

- राष्ट्रीय डेअरी संशोधन संस्था, कर्नाल ही देशपातळीवर दुग्धप्रक्रिया, जनावरांचे संगोपन, पोषण तसेच इतर शाखा-विषयात शिक्षण, संशोधनाचे कार्य करते. या संस्थेने दुग्धपदार्थ तसेच नवीन तंत्रज्ञानाचा वापर करून प्रक्रिया केलेले दुग्धपदार्थ यांच्या पृथक्करणाविषयी; तसेच डेअरी रसायनशास्त्र, डेअरी सूक्ष्मजीवशास्त्र यातील प्राथमिक, प्रगत पद्धतींची तांत्रिक माहिती समजून घेण्यासाठी अनेक प्रकारची पुस्तके प्रकाशित केली आहेत. यात दर वर्षी उत्तम, नवीन पुस्तकांची भर पडत असते. तेथील विशिष्ट विषयांवर अविरत संशोधन करणारी शास्त्रज्ञ मंडळी ही पुस्तके लिहीत असतात. यामुळे प्रमाणित, अस्सल लेखन आपणास उपलब्ध होते.
- कृत्रिम साखरेचा दुग्धपदार्थातील वापर, प्रयोगशाळेत पॅकेजिंगची तपासणी कशी करावी, अशी थोडी खोलवर माहितीची पुस्तके इंग्लिश भाषेत कमी किमतीत उपलब्ध आहेत. वरील प्रकाशनांशिवाय या संस्थेची इंग्लिशमध्ये *मार्केट मिल्क, लॅब मॅन्युअल ऑन इंट्रोडक्टरी डेअरी मायक्रोबायलॉजी, लॅब मॅन्युअल ऑन ॲनॅलेसीस ऑफ मिल्क प्रोटीन, ॲनॅलिसीस ऑफ मिल्क लिपीड (घी), प्रॅक्टिकल मॅन्युअल ऑन ट्रॅडिशनल डेअरी प्रॉडक्ट्स, आयटी इन डेअरी इंडस्ट्रीज, सेन्सरी इव्हॅल्युएशन ऑफ मिल्क ॲण्ड मिल्क प्रॉडक्ट्स, ऑरगॅनिक डेअरी फार्मिंग* इत्यादी थोडक्यात माहिती देणारी अनेक छोटी पुस्तके, पुस्तिका, माहितीपत्रके, घडीपत्रिका प्रकाशित केल्या आहेत.

  www.ndri.res.in या संकेतस्थळावरून संपर्क साधून किंवा ॲग्रीकल्चर टेक्नॉलॉजी इनफॉरमेशन सेंटर, राष्ट्रीय डेअरी अनुसंधान संस्था, कर्नाल १३२००१ (हरियाणा) या पत्त्यावर संपर्क साधून माहिती घेऊन पुस्तके मागवता येतील.
- *टेक्नॉलॉजी ऑफ मोझारेला चीज* हे डॉ. के. जी. उपाध्याय लिखित पुस्तक मोझारेला चीजविषयी सर्वांगीण माहिती आपणास पुरवते. या पुस्तकात मोझारेला चीज उत्पादनाच्या विविध पद्धती तपशीलवार दिल्या आहेत. तसेच, विरजणाविषयीही या पुस्तकात सविस्तर माहिती दिली आहे.
- *मॅन्युअल ऑफ डेअरी प्रोसेसिंग* हे राष्ट्रीय डेअरी संशोधन संस्थेतील डॉ. माथूर आणि डॉ. मान यांनी लिहिलेले छोटे पुस्तक डेअरी रसायनशास्त्रातील पायाभूत माहिती समजून घेण्यास मदत करते. या पुस्तकात प्रश्न आणि उत्तर स्वरूपात माहिती दिली आहे.
- *द सायन्स ऑफ आइस्क्रीम* हे क्रिस क्लार्क यांचे पुस्तक विविध फ्लेवरचे आइस्क्रीम तयार करण्यासाठी उपयुक्त माहिती पुरवते.

इंडियन डेअरी असोसिएशनची पुस्तके

- इंडियन डेअरी असोसिएशन हे डेअरी उद्योगातील विविध खासगी, सहकारी संस्था, संशोधक आणि शेतकरी सदस्यांचे एक नामवंत मंडळ आहे. या मंडळाने पनीर छन्ना, खवा आणि निवळी या दुग्धजन्य पदार्थांच्या २० पानी माहितीपुस्तिका छापल्या आहेत.
- या पुस्तकात प्रामुख्याने पदार्थ तयार करताना वेगवेगळ्या पायऱ्यांचे काटेकोर विश्लेषण केले आहे. त्यामुळे पदार्थ तयार करताना खूप मदत होते. पदार्थातील विविध घटकांचे प्रमाण, तो टिकण्याविषयी, पॅकेजिंगविषयी संशोधनातील निष्कर्ष या पुस्तकात मांडले आहेत. देशभरातील संशोधनाचीही माहिती थोडक्यात व एकसंधरीत्या दिली आहे. शिवाय, या पुस्तिकांची किंमतही कमी आहे. इंडियन डेअरी असोसिएशनच्या नवी दिल्ली येथील पत्त्यावर संपर्क साधून टपालाने या

पुस्तिका मागवता येतात.

दही अँण्ड रिलेटेड प्रॉडक्ट्स

- *दही अँण्ड रिलेटेड प्रॉडक्ट्स* हे पुस्तक आणंद येथील दुग्धशास्त्र महाविद्यालयातील संशोधक डॉ. जे. बी. प्रजापती आणि प्रा. श्रीजा व्ही. यांनी लिहिले आहे.
- या पुस्तकात दह्यापासून बनवल्या जाणाऱ्या पदार्थांच्या पायाभूत माहितीसह संशोधनातील विविध बाबतीतील निष्कर्ष मांडले आहेत. त्यासोबतच दह्याची सर्वांगाने शास्त्रीय माहिती दिली आहे. हा ग्रंथ म्हणजे 'दह्यासंबंधी सब कुछ' असेच म्हणता येईल.

भारतीय कृषी अनुसंधान परिषदेची (आयसीएआर) पुस्तके

- *टेक्स्ट बुक ऑफ डेअरी केमिस्ट्री* या पुस्तकाचे लेखक एम. पी. माथूर, डी. दत्ता रॉय आणि पी. दिनकर हे असून, यामध्ये डेअरी रसायनशास्त्राची माहिती दिली आहे. या पुस्तकात भारतीय दुग्धपदार्थ तयार करताना होणारे रासायनिक बदल, दुधातील प्रथिने, शर्करा, खनिजे, जीवनसत्त्व व दुग्धरसायन शास्त्रातील पृथक्करणासंबंधी सविस्तर माहिती दिली आहे.
- 'आयसीएआर'मधीलच नामवंत शास्त्रज्ञांनी एकत्र येऊन *डेअरी फार्मिंग* हे इंग्लिश पुस्तक लिहिले आहे. या पुस्तकात दुधाळ जनावरांचे संगोपन, प्रजनन, गोठा, स्वच्छ दूध-उत्पादन इत्यादी महत्त्वाच्या विषयांची थोडक्यात माहिती दिली आहे.

डेअरी इंडिया

डेअरी क्षेत्रातील आधुनिक गीता समजल्या जाणाऱ्या *डेअरी इंडिया* या महाग्रंथाची सातवी सुधारित आवृत्ती २०१७मध्ये प्रकाशित झाली आहे. यामध्ये शंभरपेक्षा जास्त उत्कृष्ट लेख, भरपूर आकडेवारी, डिरेक्टरी असे बरेच काही आहे. या ग्रंथात डेअरीतील महत्त्वाच्या विषयातील नामवंतांच्या लेखांबरोबर राज्याराज्यांतील डेअरी संबंधातील संस्था, फार्म कंपन्या यांचे सविस्तर पत्ते, संपर्क क्रमांकासह दिले आहेत.

मराठीतील उपलब्ध पुस्तके

- *दूध व दुग्धजन्य पदार्थांचे गुणनियंत्रण, दुग्धजन्य पदार्थ, दुग्धप्रक्रिया तंत्र* ही पुस्तके चांगली प्राथमिक माहिती पुरवतात. काही अन्नपदार्थांविषयींची पुस्तकेही दुग्धप्रक्रियेविषयी माहिती देतात.
- *स्वयंपाकघरातील विज्ञान* या पुस्तकात वेगवेगळे पदार्थ व साहित्याची विविधांगी शास्त्रीय माहिती, मार्गदर्शन व अनेक उपयुक्त सूचना दिल्या आहेत. तसेच, स्वयंपाकघरातील उपकरणांविषयीची माहितीही देण्यात आली आहे. *सुगरणीचा सल्ला* या पुस्तकातही विविध पदार्थ व जिन्नसांविषयी हजारपेक्षा जास्त टिप्स दिल्या आहेत.
- अनेक प्रसिद्ध पाकतज्ज्ञांची नव्या आणि जुन्या दुग्धपदार्थांची कृती आणि फोटोंसह ओळख करून देणारी पुस्तके उपलब्ध आहेत.
- *आइस्क्रीम्स आणि डेझर्ट, आइस्क्रीम आणि शीतपेये, दूध-दुभत्याचे पदार्थ, खिरी व दुधाचे विविध पदार्थ* ही पुस्तके दुग्धपदार्थांच्या वेगळ्या कृती शोधण्यासाठी उपयुक्त ठरतील.
- हैदराबाद येथील राष्ट्रीय पोषण संस्थेचीही आहार, पोषणाची उत्तम पुस्तके इंग्लिशमध्ये उपलब्ध आहेत. त्यांच्या मराठीतील भाषांतरित पुस्तकांचा लाभ घेता येईल.

■

अद्ययावत माहिती देणारी संकेतस्थळे

दुग्धजन्य पदार्थांची निर्मिती, प्रक्रिया, साठवणूक, पॅकेजिंग, यंत्रे, विक्री, निर्यात, बाजारपेठ इत्यादींविषयी सविस्तर माहिती जाणून घ्यायची असेल तर विविध संकेतस्थळांवरून ही माहिती एका क्लिकवर उपलब्ध होते. त्यासाठी या संकेतस्थळांची माहिती असणे आवश्यक आहे. याशिवाय विविध प्रकारची प्रशिक्षणे, चर्चासत्रे, मेळावे, नोट्सचीही माहिती या संकेतस्थळावरून मिळवता येते.

महाराष्ट्रात आणि भारतात माहिती तंत्रज्ञानाचे जाळे विस्तारत आहे. अनेक शासकीय कामातच नव्हे, तर काही शाळांमध्येदेखील अर्ज हे 'ऑनलाइन' भरण्यास सांगतात. याशिवाय, आपल्या व्यवसायातील माहिती जाणून घेण्यासाठी, योजनांची माहिती मिळवण्यासाठी, शासनाची अद्ययावत माहिती जाणण्यासाठी इंटरनेटचा वापर फायदेशीर ठरतो. आपल्या हातातील 'स्मार्टफोन'मुळे आपण करू इच्छिणारा किंवा चालू असणारा व्यवसाय इंटरनेटमुळे नक्कीच 'स्मार्ट' होऊ शकेल. परंतु योग्य ते स्थळ, घर सापडण्यासाठी जसा योग्य पत्ता आवश्यक असतो, तसेच योग्य ती माहिती मिळवण्यासाठी सर्च इंजिन्स, त्यातील योग्य शब्द तसेच संकेतस्थळ माहिती असल्यास योग्य ती माहिती चटकन मिळण्यास मदत होते. तसेच, काही संकेतस्थळांवरून माहिती डाउनलोडदेखील करता येते. शेकडो पानांची डाउनलोड केलेली माहिती नंतर सविस्तर आपणास केव्हाही वाचता येते.

संकेतस्थळ

- माहितीचा शोध घेण्यासाठी आपणास काही संकेतस्थळांचा वापर करता येतो. चांगल्या संकेतस्थळांमध्ये भरपूर माहिती मिळते.
- 'गुगल' आणि 'याहू' या संकेतस्थळांचा वापर सर्वज्ञात आहे. सदर संकेतस्थळे भरपूर माहिती काही सेकंदांत आपल्यासमोर (संगणकावर) सादर करतात. इंटरनेटवरून या संकेतस्थळांवर जाऊन त्यात आपल्याला हव्या असलेल्या माहितीसंदर्भातील मुख्य शब्द (key words) टाकावेत. मुख्य शब्द टाकताना नेमक्या शब्दांचा वापर केल्यास हवी असणारी माहिती अचूक मिळते. उदाहरणार्थ, पनीर यंत्राविषयी जाणून घ्यावयाचे असल्यास Paneer Machinery (पनीर मशिनरी) असे शब्द टाकावेत. परंतु, नेमके यंत्र माहिती असल्यास, उदाहरणार्थ, पनीर प्रेस (Paneer Press) शब्द टाकल्यास फक्त पनीर प्रेससंदर्भातच माहिती मिळेल.
- www.google.com, www.yahoo.com, www.bing.com, www.duckduckgo.com, www.altavista.com इत्यादी संकेतस्थळांवरून आपल्याला हवी ती माहिती मिळवता येते.

कृषी आणि प्रसंस्कृत खाद्य उत्पादन निर्यात विकास प्राधिकरण (अपेडा)

(www.apeda.gov.in)

- परिशिष्टात नमूद केलेल्या पदार्थासंदर्भातील निर्यात उद्योगांसाठी आर्थिक सहाय्यता देणे, सर्वेक्षण करणे, प्रकल्पाची व्यवहार्यता ठरवणे, निर्यातीसाठी (परिशिष्टातील पदार्थानुसार) नोंदणी करणे, एखाद्या पदार्थाच्या निर्यातीसंदर्भातील मानक (standards) तपशीलवार ठरवणे, मांस व मांसजन्य पदार्थांची तपासणी करणे, तेथील प्रक्रिया विभाग, साठवणूक इत्यादींची तपासणी करणे, पदार्थांचे पॅकेजिंग सुधारणे, मार्केटिंग वाढवणे इत्यादीसंबंधी अपेडा काम करते.
- अपेडाच्या प्रकाशनांची यादीदेखील संकेतस्थळावर दिली आहे. निर्यात करण्यासाठी या संकेतस्थळाला भेट द्यावी.

भारतीय निर्यात निरीक्षण परिषद

(www.eicindia.gov.in)

- आंतरराष्ट्रीय मानकांनुसार निर्यातीचे निरीक्षण करून दाखला देणे, भारतीय माल आयात करणाऱ्या देशांमध्ये भारतीय मालाबद्दल विश्वासार्हता निर्माण करणे, चाचणीच्या उत्तम सुविधा पुरवणे, मनुष्यबळ विकसित करणे, नवीन तंत्रज्ञानाच्या वापरासाठी प्रयत्न करणे इत्यादीसाठी ही परिषद काम करते.
- मुंबईत या परिषदेचे उपकार्यालय आहे. निर्यातीसाठीची नोंदणी या परिषदेच्या संकेतस्थळावरून ऑनलाइन करता येते.

भारतीय खाद्य संरक्षण आणि मानक प्राधिकरण

(www.fssai.gov.in)

- पूर्वीच्या अन्नभेसळीच्या कायद्याचे नवीन रूप म्हणजे FSSAI होय. थोडक्यात, अन्नसुरक्षा व मानके कायदा
- FSSAIच्या नियमांच्या अंमलबजावणीची सुरुवात ५ ऑगस्ट २०११ रोजी झाली. कायद्यातील झालेला बदल आपणास तत्काळ या संकेतस्थळावरून समजू शकतो.
- खाद्यकारोबार, अनुज्ञापन आणि रजिस्ट्रेशन विनिमय (हिंदी / इंग्लिश), अन्नसुरक्षा मानके कायद्यातील पॅकेजिंगची आणि लेबलिंगची विनियमावली डाउनलोड करता येते.
- याशिवाय, अनेकविध पदार्थांच्या संबंधीचे वेळोवेळी तयार केले गेलेले नियम संकेत-स्थळावर उपलब्ध असतात.

इंडियन डेअरी असोसिएशन

(www.indairyassoa.org)

- या मंडळाची स्थापना १९४८मध्ये झाली. याचे मुख्य कार्यालय दिल्ली येथे असून, विभागवार कार्यालयेही स्थापन करण्यात आली आहेत. पश्चिम विभागाचे कार्यालय मुंबई येथे आहे.
- संकेतस्थळावर या मंडळामार्फत होणाऱ्या देशभरातील परिषदा, चर्चासत्रे, मेळावे यांची माहिती वेळोवेळी मिळत असते. मंडळ इंग्लिशमध्ये डेअरी विषयातील *इंडियन डेअरीमन* हे मासिक आणि संशोधनावर आधारित त्रैमासिक प्रसिद्ध करते.
- ऑक्टोबर २०१७पासून या मंडळाने हिंदीतून *दुग्ध सरिता* हे मासिक सुरू केले आहे. देशभरातील डेअरी क्षेत्रातील काम करणाऱ्या नामवंतांचे लेख यात समाविष्ट असतील. इंडियन डेअरी असोसिएशन, आईडीए हाउस, सेक्टर IV, आर. के. पुरम, नवी दिल्ली ११००२२ अथवा ०११-२६१७९७८३ या क्रमांकावर सभासदत्वासाठी संपर्क साधता येईल.

भारतीय पॅकेजिंग संस्था

(www.iip-in.com)

- या संकेतस्थळावर आपणास पॅकेजिंगसंदर्भातील माहिती मिळते. देशात अनेक ठिकाणी ही संस्था कार्यरत आहे. मुंबई येथेदेखील ही संस्था कार्यरत आहे.
- या संस्थेमार्फत पॅकेजिंगसंदर्भातील प्रशिक्षण, पॅकेजिंगची तपासणी, पॅकेजिंगमधील वेळोवेळी होणाऱ्या परिषदा, चर्चासत्रांची माहिती या संकेतस्थळावरून मिळते. दुग्धपदार्थ पॅकेजिंगचे प्रशिक्षण, त्यांची चाचणी इत्यादी शुल्क आकारून या संस्थेत करून मिळते.

भारतीय कृषी अनुसंधान परिषद, नवी दिल्ली

(www.icar.org)

- या संकेतस्थळावर कृषीसंदर्भातील प्रचंड माहिती उपलब्ध आहे.
- या संकेतस्थळावर उजव्या बाजूस ICAR-e-courses म्हणून लिंक आहे. यावर क्लिक करून रजिस्ट्रेशन केल्यानंतर कृषीच्या अनेक शाखा जसे B.Sc. (Agri.), B.Sc. (Forestry), B.Sc. (Horticulture), B.Tech. (Dairy Technology) इत्यादी अभ्यासक्रमाच्या अनेक विषयांतील नोट्स (टिप्पणी) डाउनलोड करता येतात. याच पानावर भारतातील काही नामवंत कृषी विद्यापीठांच्या लिंक दिलेल्या आहेत. कृषी आणि इतर विषयांच्या पायाभूत अभ्यासासाठी सदर नोट्स अत्यंत उपयुक्त आहेत. यासाठी ecourses.iasri.res.in या संकेतस्थळावर रजिस्ट्रेशन करता येते.

राष्ट्रीय डेअरी संशोधन संस्था

(www.ndri.res.in)

- ही संस्था मुख्यत: पशू व दुग्धपदार्थ यांबाबत संशोधनाचे काम करते. ही संस्था अनेक प्रकारचे तंत्रज्ञान विकसित करून विकत असते. याचा फायदा लहान उद्योजकांना घेता येईल. तसेच, डेअरी व दुग्धपदार्थांविषयी शेतकरी व लहान उद्योजकांसाठी आयोजित होणाऱ्या कार्यशाळा, संशोधन परिषदा, मेळावे, चर्चासत्र इत्यादींची माहिती वेळोवेळी या संकेतस्थळावर येते.
- कृषी विद्यापीठे, शासकीय कृषी महाविद्यालय विविध शाखांतील संशोधने (एम.एस्सी, कृषी), पीएच.डी. (कृषी) प्रबंधातील थोडक्यात टिपण आपणास कृषी विद्यापीठे व शासकीय कृषी महाविद्यालयांतील ग्रंथालयात पाहावयास मिळतील.

यू ट्यूब (You tube)

अनेकविध दुग्धपदार्थनिर्मिती प्रक्रिया पद्धत, मशीनरींचे चलचित्र (व्हिडिओ) आपणास यू ट्यूबच्या संकेतस्थळावर जाऊन पाहावयास मिळते.

> www.pashutech.com या संकेत-स्थळावरून दुग्धप्रक्रिया, चारापिके, शेळीपालन इत्यादी संदर्भातील मराठीतून छोट्या; परंतु अत्यंत उपयुक्त पुस्तिका डाउनलोड करून वाचता येतील.

राष्ट्रीय व आंतरराष्ट्रीय संकेतस्थळे	
दुग्ध सहकारी मंडळ	
राष्ट्रीय दुग्धविकास विभाग	http://www.nddb.coop
गुजरात सहकारी दुग्ध संघटना	http://www.amul.com
हरियाणा दुग्धविकास सहकारी संस्था	http://www.vitaindia.com
आंध्र प्रदेश दुग्धविकास सहकारी संघटना	http://www.apdairy.com
मध्य प्रदेश राज्य सहकारी दुग्ध संघटना	http://www.sanchi-milk.com
राष्ट्रीय उत्पादक सहकारी संघटना	http://www.ntgf.org
राष्ट्रीय मंडळ (विभाग)	
१. कृषी मंत्रालय	
कृषी सहकारी विभाग	http://www.nic.in/agricoop
पशुसंवर्धन व दुग्ध विभाग	http://www.nic.in/dahd
अन्नप्रक्रिया उद्योग विभाग	http://www.nic.in/mofpi
कृषी संशोधन विभाग	http://www.nic.in/icar
२. नियोजन व कार्यक्रम अंमलबजावणी मंत्रालय	
व्यापार विभाग	http://www.commin.nic.in
कार्यक्रम अंमलबजावणी विभाग	http://www.nic.in/dpi
ग्रामीण विकास मंत्रालय	http://www.rural/.nic.in
कृषी व अन्न उत्पादक प्रक्रिया निर्यात विभाग अधिकारी	http://www.apeda.com

राष्ट्रीय व आंतरराष्ट्रीय संकेतस्थळे	
३. आंतरराष्ट्रीय	
आंतरराष्ट्रीय दुग्ध संघटना	http://www.fil-idf.org
पूर्व व दक्षिण आफ्रिका दुग्ध संघटना	http://www.dairyafrica.com
जागतिक दुग्ध युती	http://www.globaldairyalliance.org
वर्ल्ड बँक (World Bank)	http://www.worldbank.org
अन्न व कृषी संघटना	http://www.fao.org
राज्य कृषी संघटन विभाग संस्था	http://www.usda.gov/services.htm
युनायटेड स्टेट विभाग-दुग्धसेवा, कार्यक्रम व स्त्रोत	http://www.ams.usda.gov/dairy
युनायटेड स्टेट कृषी विभाग - परदेशी कृषी सेवा	http://www.fas.usda.gov
युरोपियन संघटना	http://www.europa.eu.int/inst-en.htm
जागतिक व्यापार संघटना	http://www.wto.org
जागतिक दुग्ध परिषद, कॅनडा	http://www.dairy.ca
ऑस्ट्रेलिया डेअरी	http://www.cil.org.ar
डॅनिश डेअरी बोर्ड, डेन्मार्क	http://www.mejeri.dk
अर्जेंटीना डेअरी	http://www.cil.org.ar
पशुआरोग्य व पशुउत्पादक गुणवत्ता संचालक मंडळ बेल्जियम	http://www.cmlag.Fgov.be/eng/dg5eng.htm
युनायटेड किंगडम दुग्ध संघटना	http://www.ndc.uk.com
न्यूझीलंड डेअरी बोर्ड	http://www.nzmilk.co.nz
राष्ट्रीय दुग्ध-अन्न संघटना	http://www.idfa.org
US दुग्ध निर्यात परिषद	www.usdec.org
Dairy Herd management	http://www.dairyherd.com
कॅनाडियन दुग्ध जाळे	http://www.cdn.ca
कॅलिफोर्निया डेअरी रिसर्च फाउंडेशन	http://www.cdrf.org

■

प्रदर्शन, प्रशिक्षण यातून दुग्धप्रक्रिया व्यवसायाला दिशा

अनेक संस्था, मंडळ, स्वयंसेवी संस्था वर्षभर दुग्ध व्यवसायासाठी प्रदर्शने, मेळावे, चर्चासत्रे, प्रशिक्षण असे विविध उपयुक्त उपक्रम राबवत असतात. अशा प्रदर्शनात सहभागी झाल्यामुळे व्यवसायाला नवी दिशा व बळ मिळण्यास खूप मोठी मदत होते. दुग्धप्रक्रिया व्यवसाय स्थापन करू इच्छिणाऱ्यांसाठी असे कमी कालावधीचे प्रशिक्षणवर्ग उपयुक्त ठरतात.

अनेक कंपन्या, समूह आपली दर्जेदार उत्पादने व नवीन तंत्रज्ञान घेऊन प्रदर्शनात सहभागी होतात, त्यामुळे आपण अशी उत्पादने बघून संबंधित कंपनीशी किंवा व्यक्तीशी चर्चा करून विकत घेऊ शकतो. आधुनिक, नवे व गरजेचे तंत्रज्ञान शेतकऱ्यांपर्यंत पोहोचण्यास प्रदर्शने, मेळावे, चर्चासत्रे महत्त्वाची भूमिका बजावतात. संपूर्ण विषयाचे आकलन लहान प्रशिक्षणवर्गातून पूर्ण होते असे नाही; परंतु व्यवसायासाठीच्या नियोजनात दिशा ठरवण्याचे आणि आत्मविश्वास वाढवण्यास हे प्रशिक्षणवर्ग महत्त्वपूर्ण ठरतात.

सेंट्रल फूड टेक्नॉलॉजी अँड रिसर्च इन्स्टिट्यूट, म्हैसूर

- म्हैसूर (कर्नाटक) येथील ही संस्था अन्नशास्त्रात काम करणारी सर्वोत्तम संस्था आहे. विविध प्रकारचे पदार्थ, त्यातील नवीन पद्धती, मशिनरी, पदार्थ टिकवण्याच्या क्षमतेत वाढ करणे, पॅकेजिंग इत्यादी विषयांवर या संस्थेत काम होते.

प्रशिक्षणामध्ये प्रत्यक्ष प्रकल्पांना भेटी देऊनही माहिती दिली जाते

- ही संस्था एक किंवा दोन आठवड्यांचे प्रशिक्षणवर्ग राबवते. अन्नधान्य, डाळींवरील प्रक्रिया, मासे प्रक्रिया आणि गुणवत्ता नियंत्रण, अन्नसुरक्षा, फळे आणि भाजीपाला प्रक्रिया तंत्रज्ञान, त्यांचे मूल्यवर्धन, हे मागील वर्षातील प्रशिक्षणाचे विषय राहिले आहेत.
- या प्रशिक्षणवर्गात अनुभवी अध्यापक मंडळी मार्गदर्शन करतात. यामुळे सखोल, अचूक आणि नेमकी माहिती मिळण्यास मदत होते.
- आवश्यक माहितीसाठी www.cftri.com या संकेतस्थळावर किंवा stc@cftri.res.in या ई-मेलवर किंवा ०८२१-२५१४३१० या दूरध्वनी क्रमांकावर संपर्क साधता येतो.

विद्या डेअरी

- राष्ट्रीय डेअरी विकास मंडळ व गुजरात येथील आणंद कृषी विद्यापीठाच्या एसएमसी कॉलेज ऑफ डेअरी सायन्स यांच्या वतीने प्रशिक्षणवर्ग राबवले जातात.
- या ठिकाणी जास्त फॅटचे पदार्थ, डेअरी तंत्रज्ञान, गोठवलेले दुग्धपदार्थ अशा विविध विषयांवर व्यवसायाच्या दृष्टीने फायदेशीर अशा प्रात्यक्षिकासह प्रशिक्षण दिले जाते. शिवाय, कमीत कमी १२ प्रशिक्षणार्थी प्रशिक्षणात भाग घेणारे असतील तर दुग्धपदार्थाविषयीच्या हव्या त्या विषयावर प्रशिक्षण दिले जाते.
- एखाद्या गावातील बचत गटांचे सदस्य, युवकांचे मंडळ किंवा दुग्धप्रक्रियेत उत्सुक असलेल्या दुग्धउत्पादकांचा गट यांना एकत्र येऊन प्रशिक्षण घेता येईल. हे प्रशिक्षणवर्ग हिंदी, इंग्लिशमध्ये असतात. मार्गदर्शनासाठी महाविद्यालयातील अध्यापन, संशोधनात नावाजलेले प्राध्यापक बोलावले जातात. अधिक माहितीसाठी www.vidyadairy.com या संकेतस्थळास भेट द्यावी किंवा ०२६९२-२२१५०३, २६२५०१ या दूरध्वनी क्रमांकावर किंवा trainings@vidyadairy.in या ई-मेलवर पत्र पाठवावे.

इंडियन इन्स्टिट्यूट ऑफ पॅकेजिंग

- पॅकेजिंगमध्ये काम करणारी ही देशाची सर्वोच्च संस्था आहे. मुंबई येथे या संस्थेचे मुख्य कार्यालय असून, दिल्ली, चेन्नई, कोलकाता आणि हैदराबाद येथे प्रादेशिक केंद्रे आहेत.
- या संस्थेमार्फत पॅकेजिंगसंदर्भातील एक दिवसीय, दोन दिवसीय, एक आठवडा व तीन महिन्यांचे अनेकविध अभ्यासक्रम, प्रशिक्षण राबवले जातात. एखाद्या गटास विशिष्ट विषयासंबंधी प्रशिक्षण हवे असल्यास त्याचीही संस्था दखल घेते.
- इच्छुकांनी www.iip-in.com या संकेत-स्थळावर किंवा ०२२-२८२१९८०३ / २८२१६७५१ किंवा iip@iip-in.com या ई-मेलवर संपर्क साधावा.

राष्ट्रीय डेअरी अनुसंधान संस्था

- या संस्थेने गेल्या काही वर्षांत संस्थेत झालेले संशोधन व्यावसायिकांसाठी, शेतकऱ्यांसाठी सशुल्क खुले केले आहे. त्यामुळे दुग्धप्रक्रियेत अनेक पदार्थांबाबत झालेले संशोधन (प्रक्रिया, टिकवणे, पॅकेजिंग इत्यादी) आपणास विकत घेता येते.
- या संस्थेत व्यावसायिक डेअरी फार्मिंग, आइस्क्रीम मॅन्युफॅक्चरिंग, दुग्धपदार्थ प्रक्रिया इत्यादी विषयांत पाच दिवसीय प्रशिक्षणवर्ग राबवले जातात.
- जनावरांचे संगोपन, पोषण, चाराप्रक्रिया, दुग्धप्रक्रिया, दुग्ध रसायनशास्त्र, दुग्ध सूक्ष्म जीवशास्त्र इत्यादींसंबंधी संशोधन करणारी सर्वोच्च संस्था म्हणून या संस्थेचा उल्लेख करता येईल. वर्षातून एकदा 'इंडस्ट्री मिट' आयोजित केली जाते. जेथे अनेक कंपन्या, व्यावसायिक संस्थेचे तंत्रज्ञान जाणून घेऊन विकत घेण्यासाठी

चर्चा करतात.

- 'इंडियन डेअरी असोसिएशन' या संस्थेमार्फत वर्षातून एकदा राष्ट्रीय स्तरावरील चर्चासत्र आयोजित करते. पश्चिम विभागदेखील वेळोवेळी अशी चर्चासत्रे आयोजित करतो. ही चर्चासत्रे इंग्लिशमध्ये असतात.

देशात वर्षभर आयोजित केले जाणारे प्रदर्शन व मेळावे

१. पंजाबमधील शेतकऱ्यांनी एकत्र येऊन डेअरी व्यवसायासंबंधी जाहीर चर्चा करण्यासाठी, प्रश्न सोडवण्यासाठी प्रोग्रेसिव्ह डेअरी फार्मर असोसिएशन (PDFA) या संस्थेची स्थापना केली आहे. असोसिएशनतर्फे लुधियानाजवळील जगरॉन येथे दुग्ध व्यवसायासंदर्भाचे मोठे प्रदर्शन भरवते. प्रदर्शनात जनावरांच्या पोषण आहारातील नवीन तंत्रज्ञान, उत्पादने, औषधी, चारापिके, बी-बियाणे, गोठ्यासाठी अवजारे, शेतीसंदर्भातील महाकाय यंत्रसामग्री यांचा समावेश असतो. प्रदर्शनाशिवाय येथे सुदृढ आणि जास्त दूधउत्पादन देणाऱ्या संकरित गायी, म्हशी यांची स्पर्धाही आयोजित केली जाते. स्पर्धेतील विजेते ठरवण्यासाठी परीक्षक म्हणून विदेशातील तज्ज्ञमंडळी बोलावली जातात. अशाच प्रकारे राष्ट्रीय डेअरी अनुसंधान संस्था, कर्नाल येथे 'राष्ट्रीय डेअरी मेला'चे आयोजन दर वर्षी होत असते. संस्थेतील सर्व विभागांचे स्टॉल्स व शास्त्रज्ञ मंडळी मार्गदर्शनासाठी उपस्थित असतात. या व्यतिरिक्त इतर संस्था, डेअरी यांचेदेखील स्टॉल्स मांडण्यात येतात.

२. 'डेअरी एक्स्पो' ही प्रदर्शनी पुणे येथे दर वर्षी आयोजित केली जाते. दुग्धप्रक्रियेसंबंधी, जनावरांचे पोषण, आहार, डेअरी यांत्रिकीकरणाचा या प्रदर्शनात समावेश असतो.

३. 'डेअरी टेक इंडिया' या नावाने दर वर्षी बंगळुरू येथे दुग्धप्रक्रिया, पॅकेजिंग आणि त्या संबंधित उद्योगासंदर्भात हे प्रदर्शन असते.

४. 'इंडिया पॅक' ही दोन वर्षांतून एकदा पॅकेजिंगसंदर्भातील संपूर्ण पॅकेजिंग प्रदर्शनी मुंबई येथील एक्झिबिशन सेंटर, गोरेगाव येथे आयोजित केली जाते.

५. 'डेअरी टेक्नॉलॉजी सोसायटी ऑफ इंडिया' ही संस्था दर चार वर्षांनी डेअरी टेक्नॉलॉजीवरील आंतरराष्ट्रीय परिषद आयोजित करते.

६. 'दैनिक ॲग्रोवन'तर्फेही नेहमी पुण्यात किंवा महाराष्ट्रातील इतर जिल्ह्यांत प्रदर्शनाचे आयोजन केले जाते.

७. 'इंडियन डेअरी असोसिएशन'तर्फे दर वर्षी आयोजित राष्ट्रीय परिसंवादात डेअरीच्या प्रदर्शनीचेही आयोजन होत असते.

■

विभाग २

उद्योगाची सुरुवात करण्यापूर्वी

दुग्धप्रक्रिया तंत्रज्ञान शिक्षणातून स्वयंरोजगार

> दुग्ध तंत्रज्ञानाचे शिक्षण घेतल्यानंतर स्वतःचा पशुसंवर्धन, दुग्ध व्यवसाय विकसित करण्यापासून दुग्धप्रक्रिया उत्पादनाची कंपनी स्थापन करण्यापर्यंत आपले ज्ञान कामी आणता येईल, अशा अनेक संधी आहेत. यासाठी पशुसंवर्धन, दुग्धप्रक्रिया तंत्रज्ञानाप्रति तुमचा दृष्टिकोण सकारात्मक ठेवणे गरजेचे आहे.

दुग्ध तंत्रज्ञानातील किंवा कृषीतील शिक्षण घेऊन केवळ नोकरीचा विचार करत बसण्यापेक्षा या क्षेत्रातील स्वयंरोजगाराच्या संधीचीदेखील वाट धरली पाहिजे. आपला दृष्टिकोण सकारात्मक ठेवल्यास संधी शोधण्यापेक्षा, स्वतःच संधी निर्माण करता येते.

दुग्ध व्यवसाय, दुग्धप्रक्रिया व त्याच्याशी निगडित शिक्षणाच्या विविध प्रकारांत डेअरी सायन्स महाविद्यालय, पशुवैद्यकशास्त्र महाविद्यालये, कृषी महाविद्यालयातील दुग्धशास्त्र पदव्युत्तर अभ्यासक्रम, कृषी विद्यापीठाशी संलग्नित महाविद्यालय प्रमाणपत्र / पदविका, पदवी, पदव्युत्तर अभ्यासक्रम राबवले जातात. यासोबतच महाराष्ट्रातील अनेक संस्था पशुसंवर्धन, दुग्धव्यवसाय, दुग्धप्रक्रिया तंत्रज्ञान या विषयातील अभ्यासक्रम राबवतात.

दुग्ध तंत्रज्ञानाचे विविध अभ्यासक्रम बी.टेक. (डेअरी टेक्नॉलॉजी)

- हा चार वर्षांचा पदवी अभ्यासक्रम आहे. या पदवी अभ्यासक्रमासाठी प्रवेश घेण्याकरिता बारावी विज्ञान (भौतिकशास्त्र, रसायनशास्त्र, गणित) उत्तीर्ण असणे गरजेचे आहे.
- या अभ्यासक्रमात दूध आणि दुग्धपदार्थांच्या प्रक्रियेविषयी, डेअरी इंजिनिअरिंगविषयी, दुग्धप्रक्रियासंबंधीचे व्यवस्थापन, उत्पादनाची गुणवत्ता इत्यादी अनेक विषय शिकवले जातात. भारतात डेअरी टेक्नॉलॉजीसाठीची १२ महाविद्यालये आहेत. राष्ट्रीय डेअरी अनुसंधान संस्थान (NDRI) कर्नाल, हरियाणा येथे डेअरीतील पदविका अभ्यासक्रमदेखील आहेत. सदर पदविकेचा कालावधी तीन वर्षांचा आहे. दहावी पास झालेल्या मुलांना प्रवेश घेता येतो.
- बारामतीच्या कृषी विकास प्रतिष्ठान अंतर्गत बी.एस्सी. (पशुसंवर्धन) हा चार वर्षांचा अभ्यासक्रम गेल्या काही वर्षांपासून राबवण्यास सुरुवात झाली आहे. या चार वर्षांत जनावरांचे व्यवस्थापन, पोषण, विपणन कला, औषधे तयार करण्याचे शास्त्र असे अनेक विषय समाविष्ट आहेत. काही निवडक व इच्छुक विद्यार्थी अभ्यासक्रमातील शेवटची दोन वर्षे नेदरलँड येथील विद्यापीठात जाऊन अभ्यासक्रम पूर्ण करतात.
- दिल्ली येथील इंदिरा गांधी राष्ट्रीय मुक्त विद्यापीठात (IGNOU) अनेक अभ्यासक्रम

उपलब्ध असून, येथे पोषण आणि स्वास्थ्य यासाठीची पदविका, मूल्यवर्धित फळे, भाजीपाला उत्पादन पदविका, मत्स्य पदार्थ तंत्रज्ञान पदविका, डेअरी पदविका असे विविध अभ्यासक्रम राबवले जातात. पुणे येथे या विद्यापीठाचे केंद्र असून, त्या अंतर्गत १३ अभ्यासकेंद्रे आहेत. श्रीरामपूर, संगमनेर, अहमदनगर, औरंगाबाद, बीड, जळगाव, फैजपूर, कोल्हापूर, पुणे इत्यादी ठिकाणच्या केंद्रांत जाऊन वेगवेगळ्या अभ्यासक्रमांची चौकशी करता येईल. अधिक माहितीसाठी आपण www.ingou.ac.in या संकेतस्थळास भेट देऊ शकता.

- महाराष्ट्र पशू व मत्स्यविज्ञान विद्यापीठ, नागपूर अंतर्गत पशुवैद्यकीय, डेअरी टेक्नॉलॉजी व मत्स्यव्यवसायातही शैक्षणिक अभ्यासक्रम असून, त्यात पदवी, पदव्युत्तर, आचार्य शिक्षण उपलब्ध आहे. प्रवेश पात्रतेसाठी ५०% पदवीच्या गुणांसह बारावी विज्ञान, इंग्लिश विषयात किमान ५०% गुण असणे आवश्यक आहे. अधिक माहितीसाठी www.mafsu.in या संकेतस्थळाला भेट द्यावी.
- सकाळ इंटरनॅशनल लर्निंग सेंटर (SILC) पुणे हेदेखील कृषी, डेअरी व्यवस्थापनातील अभ्यासक्रम राबवते. या अभ्यासक्रमासंदर्भात जाणून घेण्यासाठी www.silc.edu.in या संकेतस्थळास भेट द्यावी.
- कृषी व संलग्न तसेच दुग्धतंत्रज्ञानातील विद्यार्थ्यांना आपल्या पदवी अभ्यासक्रमाच्या अनेक विषयांचा अभ्यास करण्यासाठी ecourses.iasri.re.in या संकेतस्थळाचा खूप फायदा होईल.
- आरे, गोरेगाव, मुंबई येथेदेखील दोन वर्षांचा डेअरी टेक्नॉलॉजीतील पदविका अभ्यासक्रम कार्यरत आहे. बारावीनंतर या अभ्यासक्रमास प्रवेश घेता येतो. अधिक माहिती dairymaharashtra.gov.in या संकेतस्थळावर उपलब्ध आहे.
- राष्ट्रीय डेअरी संशोधन संस्था, कर्नाल येथे डेअरी टेक्नॉलॉजी पदविका अभ्यासक्रम आहे. या पदविकेचा कालावधी तीन वर्षांचा आहे. दहावी पास झालेल्या मुलांना प्रवेश घेता येतो. प्रवेशासाठी पात्रता परीक्षा घेण्यात येते. www.ndri.res.in या संकेतस्थळावर अधिक माहिती उपलब्ध आहे.
- इतर देशांतील उच्च विद्यापीठातील अभ्यासक्रमासाठी www.coursera.org या संकेतस्थळावर मोफत ऑनलाइन अभ्यासक्रम उपलब्ध आहेत.

डेअरी क्षेत्राशी निगडित वेगवेगळे अभ्यासक्रम राबवणाऱ्या संस्था

- पशुवैद्यकशास्त्र महाविद्यालय, श्री व्यंकटेश्वर पशुवैद्यकीय विद्यापीठ, हैदराबाद, एमव्हीएससी (दुग्ध उत्पादन / दुग्ध तंत्रज्ञान)
- पशुवैद्यकशास्त्र महाविद्यालय, तिरुपती, एमव्हीएससी (दुग्ध तंत्रज्ञान / दुग्धशास्त्र)
- बी ॲण्ड बी तंत्रज्ञान संस्था, वल्लभ विद्यानगर, गुजरात, दुग्ध अभियांत्रिकी डिप्लोमा.
- ग्रामीण व्यवस्थापन संस्था, आणंद
- एसएमसी दुग्धशास्त्र महाविद्यालय, आणंद (गुजरात)
- दुग्धशास्त्र महाविद्यालय, एनडीआरआय, कर्नाल (हरियाणा)
- दुग्धशास्त्र महाविद्यालय कर्नाटक, पशू व मत्स्यशास्त्र विद्यापीठ, बंगळुरू (कर्नाटक)
- राष्ट्रीय दुग्ध संशोधन संस्था, दक्षिण विभाग, बंगळुरू (कर्नाटक)
- पशुवैद्यकीय व पशुशास्त्र महाविद्यालय, केरळ
- पशुवैद्यकीय व पशुशास्त्र महाविद्यालय, परभणी
- डॉ. बाळासाहेब सावंत कोकण कृषी विद्यापीठ,

दापोली (जि. रत्नागिरी)

- महात्मा फुले कृषी विद्यापीठ, राहुरी (जि. नगर)
- डॉ. पंजाबराव देशमुख कृषी विद्यापीठ, अकोला
- आझाद कृषी व तंत्रज्ञान विद्यापीठ, कानपूर (उत्तर प्रदेश)
- भारतीय पशुवैद्यकीय संशोधन संस्था, इज्जतनगर
- भारतीय तंत्रज्ञान संस्था, खरगपूर

बी. टेक. (डेअरी टेक्नॉलॉजी) अभ्यासक्रम राबवणाऱ्या संस्था

- श्री व्यंकटेश्वरा पशुवैद्यकीय विद्यापीठ, तिरुपती (आंध्र प्रदेश)
- संजय गांधी डेअरी टेक्नॉलॉजी संस्था, हैदराबाद (आंध्र प्रदेश)
- राजेंद्र कृषी विद्यापीठ, पटना (बिहार)
- एसएमसी दुग्धशास्त्र महाविद्यालय, पटना (बिहार)
- आणंद कृषी विद्यापीठ, आणंद (गुजरात)
- राष्ट्रीय डेअरी संशोधन संस्था, कर्नाल (हरियाणा)
- कर्नाटका पशुवैद्यकीय व मत्स्यव्यवसाय शास्त्र विद्यापीठ, हेनाल (कर्नाटक)
- केरळ कृषी विद्यापीठ, थ्रिसूर (केरळ)
- दुग्ध तंत्रज्ञान महाविद्यालय मनुथी, थ्रिसूर (केरळ)
- इंदिरा गांधी कृषी विद्यापीठ, रायपूर (छत्तीसगढ)
- डॉ. पंजाबराव देशमुख कृषी विद्यापीठ, अकोला (महाराष्ट्र)
- दुग्धशास्त्र महाविद्यालय, वरूड पुसद (महाराष्ट्र)
- महाराणा प्रताप कृषी व तंत्रज्ञान विद्यापीठ, उदयपूर (राजस्थान)
- अलाहाबाद कृषी संस्था, अलाहाबाद (उत्तर प्रदेश)
- पश्चिम बंगाल पशू व मत्स्यशास्त्र विद्यापीठ, मोहनपूर (पश्चिम बंगाल)

■

दुग्धपदार्थांच्या नियोजनासाठी सर्वेक्षण

दुग्धप्रक्रिया उद्योग स्थापन करण्याअगोदर सर्वेक्षण करून आजूबाजूच्या परिसरात नेमक्या कोणत्या दुग्धपदार्थाला मागणी आहे, याचा विचार करावा. भविष्यात लागणाऱ्या कच्च्या मालाची म्हणजेच दुधाची तजवीज करणे, मार्केटिंगचा विचार करणे महत्त्वाचे आहे. तसेच, वर्षभर दुग्धपदार्थ उत्पादनात सातत्य राखण्यासाठी वेगवेगळ्या पर्यायांचे नियोजन करावे.

दूधउत्पादकांकडे भरपूर दूध उपलब्ध असले तरी प्रक्रियेसंबंधी योग्य माहिती नसल्यामुळे किंवा नेमकी सुरुवात कशी करावी, हे कळत नसल्यामुळे दूधउत्पादक दुग्धप्रक्रिया व्यवसायाकडे वळत नाहीत. ज्या शेतकऱ्यांकडे गायी-म्हशींचे दूध उपलब्ध आहे किंवा जे दूध संकलन करून ते विकण्याचा व्यवसाय करतात त्यांच्यासाठी या व्यवसायात प्रचंड संधी उपलब्ध आहेत.

आजूबाजूच्या भागांचे सर्वेक्षण करणे

- शहरापासून लांब असलेल्या भागात दुधाला हवा तसा भाव मिळत नाही. अशा कोणत्या गावात दुधाची उपलब्धता आहे? अशा ठिकाणच्या दूध उत्पादकांनी एकत्र येऊन आजूबाजूच्या गावचे दूध संकलित करून त्यांना दूधप्रक्रिया उद्योगात उतरता येईल.
- आपल्या भागात उपलब्ध असलेले-नसलेले, गुणवत्ता असलेले-नसलेले दुग्धपदार्थ यांची यादी करावी. तसेच, शहरातील मोठ्या हॉटेल्सचीदेखील यादी करावी. याच सर्वेक्षणादरम्यान जवळपासच्या लहान-मोठ्या मंगल कार्यालयांची संख्या, जेवण बनवणारे आचारी यांच्याशी संपर्क साधून त्यांची यादी करून ठेवावी.
- हॉटेल्स, मंगल कार्यालये, आचारी यांच्या भेटींदरम्यान आजूबाजूच्या परिसरात नेमक्या कोणत्या दुग्धपदार्थांची वानवा आहे, कुठल्या दुग्धपदार्थांचा पुरवठा कमी पडतो, कुठले दुग्धपदार्थ गुणवत्तापूर्ण उपलब्ध नाहीत, कुठल्या काळात किती दुग्धपदार्थांची आवश्यकता भासते, यांसारख्या अनेक प्रश्नांची उत्तरे मिळतील. यानुसार आपणास योग्य नियोजन करता येईल.
- या सर्वेक्षणाच्या आधारे मोठ्या ग्राहकांना नक्की काय हवे आहे, याचा अंदाज बऱ्यापैकी येतो. यानुसारच आपण कुठले दुग्धपदार्थ तयार करावेत, याचे उत्तरदेखील आपोआपच मिळते. यानंतर अशा दुग्धपदार्थांची योग्य ती कृती लिहून काढून, त्याची माहिती घेऊन लहान प्रमाणात तो दुग्धपदार्थ तयार करावा.
- तयार केलेल्या पदार्थांची गुणवत्ता आपण स्वत: आणि इतरांकडून तपासणी करून त्यातील अयोग्य अशा गोष्टींकडे लक्ष देऊन त्या दूर

कराव्यात. दुग्धपदार्थ गुणवत्तापूर्ण तयार करून पुन्हा तो तपासून पाहावा.

- लहान प्रमाणात तयार केलेला गुणवत्तापूर्ण दुग्धपदार्थ हॉटेल्स, मंगल कार्यालये, आचारी इत्यादी ठिकाणी नमुना (सॅम्पल) म्हणून देऊन पसंत आल्यास ऑर्डर मिळेल का, हे पाहावे किंवा पसंत न आल्यास कारणमीमांसा करून पुनश्च पदार्थ सादर करावा.
- मोठ्या ऑर्डर्समध्ये जम बसल्यानंतर किरकोळ विक्रीसाठीसुद्धा अनेक लहान-मोठ्या दुकानदारांची यादी करून सदर दुग्धपदार्थ तेथे विक्रीसाठी ठेवता येईल. विक्रीसाठी, उत्पादित मालासाठी FSSAI चे सगळे कायदेशीर निकष पाळावेत.

वेगवेगळ्या ठिकाणच्या मागणीनुसार आवश्यक दुग्धपदार्थ

१. हॉटेल्स, आचारी, मंगल कार्यालय : खवा, पनीर, दही इत्यादी
२. बेकरी, हॉटेल्स : क्रीम, आटवलेले दूध
३. आइस्क्रीम उत्पादक, तूप उत्पादक : क्रीम (मलई)

या नियोजनानुसार वर्षभर दुग्धपदार्थ उत्पादनात सातत्य राखण्यासाठी आपणास वेगवेगळ्या पर्यायांचा वापर करता येईल. उदाहरणार्थ, सणांनुसार दुग्धपदार्थांचे उत्पादन. काही सणांसाठी काही खास दुग्धपदार्थ ठरलेले असतात. उदाहरणार्थ, दसऱ्याला श्रीखंड, ईदला शीरखुर्मा, अनेक उपवासाच्या दिवशी दही इत्यादी.

दुग्धप्रक्रिया व्यवसाय स्थापन करण्यासाठी

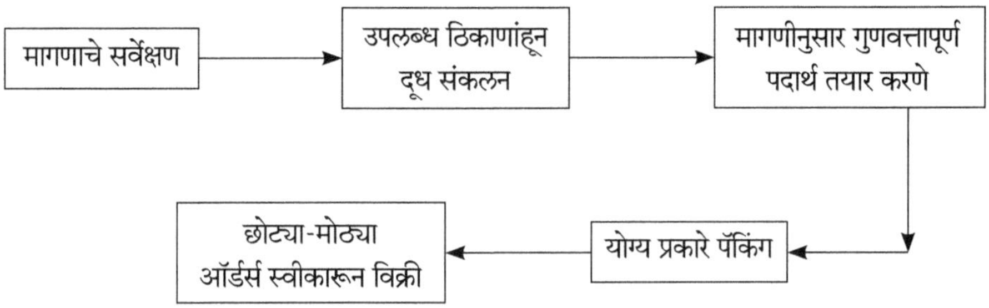

दुग्धपदार्थांचे नियोजन

प्रोबायोटिक्सचा वापर करून बनवलेले दुग्धपदार्थ

बाजारात काही कंपन्यांनी प्रोबायोटिक जिवाणूंचा वापर करून दही, श्रीखंड, लस्सी, आइस्क्रीम बनवले असून, त्याची विक्रीही होत आहे. सदर दुग्धपदार्थ वापरून ग्राहकांना फायदे पटवून देऊन विक्री वाढवता येईल.

डेअरी केटरिंग

- दुग्धपदार्थ आणि त्यापासूनचे उपपदार्थ यांचा वापर करून आपण जेवणात वेगवेगळ्या मेनूमध्ये अनेक पर्याय उपलब्ध करून देऊ शकतो. जेवणात सूप, स्टार्टर्स, मुख्य मेनू, भात आणि शेवटी गोड दुग्धपदार्थ अर्थात डेझर्ट असे भाग पडतात.
- डेअरी केटरिंग म्हणजे जेवणात अनेक भागात दुग्धपदार्थ व उपपदार्थांपासून डेअरीचे पदार्थ

देऊन आपली वेगळी स्वतःची 'डेअरी केटरिंग' सुरू करता येईल. यात सूपमध्ये निवळीचा वापर करून अनेक प्रकारचे सूप बनवता येईल.

- स्टार्टर्समध्ये पनीर टिक्का, पनीर चिल्ली इत्यादी देता येईल. मुख्य कोर्समध्ये पनीरपासूनच्या भाज्या, भातामध्येदेखील पनीर पुलाव, कर्ड राइस आणि गोड म्हणून गुलाबजाम, अंगूरबडी, रसमलाई, बासुंदी. डेझर्ट म्हणून आइस्क्रीम, कुल्फीसह पर्याय देता येतील. असा पर्याय आपण उपलब्ध करून दिल्यास यातील चार पदार्थ जरी जेवणासाठी स्वीकारले गेले तरी चांगला नफा मिळवता येईल.

ऋतुमानानुसार दुग्धपदार्थ-निर्मिती

हिवाळ्यात पनीर, तूप, मिठाई यांची मागणी वाढते. उन्हाळ्यात सुगंधी दूध, लस्सी, ताक, मठ्ठा इत्यादींची मागणी वाढते.

वयोमानानुसार दुग्धपदार्थांचे उत्पादन

- वयस्क लोक, हृदयाचा आजार असणारे लोक नेहमी कमी फॅटच्या दुग्धपदार्थांची मागणी करतात. अशांसाठी क्रीम सेपरेटरने साय काढून, क्रीमविरहित दुधापासून दुग्धपदार्थ बनवून विकावेत.
- तरुणांसाठी लहान मुलांसाठी निवळीपासूनचे दुग्धपदार्थ इत्यादी देता येतील.

वेलकम ड्रिंक्स

- अनेक हॉटेल्स, समारंभ, शाही मेजवानीत आजकाल पाहुणे आल्यानंतर त्यांना पाणी देण्याऐवजी विशिष्ट पेय (वेलकम ड्रिंक्स) देऊन त्यांचे स्वागत केले जाते.
- केटरिंगमध्ये डेअरीतील दुग्धपदार्थांचा वापर आपणास करता येईल. सुगंधी दूध, चॉकलेटचे दूध, निवळीचे थंड पेय, मसाला ताक, मसाला दूध, कोकम स्वादाचे ताक, लस्सी, बाजरा लस्सी, मठ्ठा असे अनेक पर्याय सुचवता येतील.
- या अनेक पर्यायांमुळे आपणास विविध प्रकार तयार करता येतील. तसेच, दुधातील फॅट कमी करूनदेखील पेय तयार करता येतील. समारंभ, मेजवानी ज्या महिन्यात आहे त्या ऋतूनुसारदेखील वेलकम ड्रिंक्स सुचवता येतील.
- डेअरी केटरिंगमध्ये मस्तानी, निवळी, कुल्फी, फालुदा, शिरखुर्मादेखील सुचवता येईल.

एका दुकानात एकच दुग्धपदार्थ

- अशा संकल्पनेची अनेक दुकाने महाराष्ट्रात किंवा अनेक राज्यांत आहेत.
- 'मस्तानी' या दुधावर आधारित दुग्धपदार्थांचे अनेक प्रकार काही दुकानांत वर्षानुवर्षे विकले जातात. सुगंधी दूध, लस्सी, कुल्फी, आइस्क्रीम अशा दुग्धपदार्थांची दुकाने प्रसिद्ध आहेत.

पोषण देणारे दुग्धपदार्थ

आपण ज्या भागात दुग्धपदार्थ-निर्मिती करतो अशा ठिकाणी कुठली फळे, पिके घेतली जातात. त्यानुसार सदर फळपिकाचा वापर दुग्धपदार्थात करता येईल का, याची चाचपणी करून, संशोधनातील निष्कर्ष पाळून आपण नवीन स्वादाचा, खऱ्या गुणवत्तेचा दुग्धपदार्थ ग्राहकांना देऊ शकतो.

■

निरीक्षण आणि सर्वेक्षण यातून मिळवा मार्केट

> दुग्धपदार्थ उत्पादन करणाऱ्या व्यावसायिकांनी आपल्या उत्पादनाच्या पद्धतीत थोडा बदल करून तांत्रिक बाबींवर भर दिल्यास तयार होणारे उत्पादन हे गुणवत्तापूर्ण होईल. शिवाय, ते ग्राहकांच्या अनेक कसोट्यांवर खरे उतरून मार्केट वाढवण्यास मदत करेल.

- दुग्धपदार्थ-निर्मिती व्यवसाय सुरू करताना आपल्या आजूबाजूच्या परिसरातील (२०-४० किमी) दूध कमी भावात खरेदी करता येईल का, याचे सर्वेक्षण करावे.
- नजीकच्या तहसीलच्या, जिल्ह्याच्या ठिकाणी कुठल्या दुग्धपदार्थांना मागणी आहे किंवा पुरवठा कमी आहे, नवीन दुग्धपदार्थ रुजवण्यास वाव आहे, अशा ठिकाणची यादी करून वर्गवारी करावी.
- सुरुवातीच्या सर्वेक्षणात महाविद्यालये, गर्दीची ठिकाणे, कॉलनी, सुपरमार्केट इत्यादी प्रकारच्या ठिकाणी कुठले-कुठले दुग्धपदार्थ पुरवता येतील, अशा दुकानदारांचीदेखील यादी करावी.
- जवळपासची लग्नकार्याची ठिकाणे, हॉटेल्स, खानावळी, मेस इत्यादींचीदेखील यादी भविष्याच्या दृष्टीने मार्केट वाढवण्यास मदत करेल.
- वरील सर्व मुद्द्यांसोबत सर्वेक्षणादरम्यान अंदाजे कुठल्या वयाचे लोक असतील (उदाहरणार्थ, विद्यार्थी, वयस्क, तरुण) इत्यादी बाबींचा विचार करावा.
- सर्वेक्षणानुसार आवश्यक असणाऱ्या, तसेच विविध नावीन्यपूर्ण दुग्धपदार्थ पुरवण्यासाठी त्या-त्या दुग्धपदार्थांची सखोल कृती लिहून ठेवावी. सदर दुग्धपदार्थांच्या पॅकेजिंगबाबतही विचार करून ठेवावा.
- आवश्यक असणारी कच्ची सामग्री कुठून घेणार, त्याची गुणवत्ता, वर्षभर पुरवठा इत्यादी बाबींची नोंदही असावी.
- दुग्धपदार्थ पुरवताना विशेष व्यक्तींसाठी (उदाहरणार्थ, हृदयरोगी, स्थूल, गर्भवती स्त्रिया) काही वेगळे पर्याय दुग्धपदार्थांत सुचवता येतील का, त्याचे फायदे, इत्यादींचीही नोंद असावी.
- आपल्या आजूबाजूच्या परिसरातील मोठ्या प्रमाणात सहज कमी किमतीत उपलब्ध होणारी फळे, भाज्या इत्यादींचा विचार करून त्यांचा वापर दुग्धपदार्थात करावा.
- दुग्धपदार्थ उत्पादनादरम्यान वर्षभरात येणारे सण, उत्सव (उपवास, संकष्टी, एकादशी) यांचा विचार करून त्या-त्या वेळेस कुठले दुग्धपदार्थ देता येतील, तसे पदार्थ करून अनेक ठिकाणी उपलब्ध करून द्यावेत / पोहोचवावेत.
- अनेक व्यावसायिकांना दुग्धपदार्थांचा उतारा व्यवस्थित न मिळणे, भेसळीचे दूध उपलब्ध होणे

इत्यादी अडचणींना तोंड द्यावे लागते. यासाठी भेसळ तपासणीसाठी तीन-चार हजारांपासून कीट उपलब्ध आहेत. काही खासगी कंपन्यांनीही भेसळ ओळखण्यासाठी काही सोप्या पद्धती शोधल्या आहेत, याचा वापर करावा.

- उत्पादनादरम्यान स्वच्छता पाळावी. कामगारांना वैयक्तिक स्वच्छतेचे ज्ञान करून देऊन, वेळोवेळी नखे कापणे, डोक्यावर कॅप, हातमोजे, आवश्यक ठिकाणी मास्क, इत्यादींचा वापर बंधनकारक करावा.

दर्जेदार पदार्थांसाठी आवश्यक बाबी

- पनीर तयार करताना चांगल्या प्रतीचे सायट्रिक ॲसिड ठरावीक तापमानास टाकावे. यामुळे उतारा जास्तीत जास्त येण्यास मदत होते.
- दूध साकळल्यानंतर ते प्रेसिंगदरम्यान साकळवलेल्या भागाचे तापमान ६५ अंश सेल्सिअसच्या खाली जाऊ देऊ नये.
- पनीर-छन्ना-चक्का यापासून मिळणाऱ्या निवळी या उपउत्पादनापासून अनेक प्रकारचे पेय, सूप, कुल्फी तयार करता येतात. पोषणाच्या दृष्टीने निवळीचे महत्त्व खूप मोठे असल्यामुळे याचा निश्चितच मुलांना, युवकांना फायदा होईल.
- पनीर, खवा पॅकिंग करताना क्लींग फिल्म, ॲल्युमिनिअम फॉइल इत्यादींचा वापर केल्यास पदार्थाच्या टिकवण क्षमतेत वाढ होईल.
- पदार्थ तयार करताना FSSAI कायद्याचे निकष आपण पाळतोय का, याचा बारकाईने विचार करावा.
- ज्ञानेंद्रियांच्या परीक्षणानुसार, उत्तम चव, गंध पेढ्यात येण्यासाठी चांगल्या दुधासोबत २५-३०% साखरेचा वापर करावा. सदर साखरेचे प्रमाण बर्फीसही लागू होते.
- स्वच्छ, निर्भेळ, चांगल्या गुणवत्तेचे दूध उपलब्ध होण्यासाठी स्वच्छ दूधउत्पादनासाठीच्या बाबी शेतकऱ्यांना पुरवल्यास, तांत्रिक माहिती दिल्यास चांगल्या प्रतीचे दूध मिळण्यास मदत होईल.
- वर्षभर उत्तम दही बनवण्यासाठी चांगल्या गुणवत्तेच्या दुधासोबत Direct Vat Set विरजण, पावडर स्वरूपातील विरजण वापरावे.
- कमी कॅलरीयुक्त दुग्धपदार्थांसाठी साखरेऐवजी कृत्रिम साखरेचा वापर कायद्यानुसार करता येतो. ॲसपरटेम, एसलफेम-के, सुक्रॅलोज , सॅक्रीन इत्यादी कृत्रिम साखरेचा वापर दिलेल्या कमाल प्रमाणात करता येतो.
- दुग्धपदार्थांच्या मूल्यवर्धनावर भर द्यावा.
- दुग्धपदार्थ-निर्मितीसाठी अन्न व औषध प्रशासनाच्या जिल्ह्याच्या कार्यालयातून परवाना घेणे बंधनकारक आहे. सदर परवाना अर्ज केल्यानंतर ६० दिवसांच्या आत उपलब्ध होतो.
- काही विशिष्ट, नावीन्यपूर्ण दुग्धपदार्थ बनवण्याचे तंत्र राष्ट्रीय डेअरी संशोधन संस्था, कर्नाल येथे शुल्क भरून विकत घेता येते.
- विद्या डेअरी, आणंद तसेच राष्ट्रीय डेअरी संशोधन संस्था, कर्नाल येथे दुग्धपदार्थ-निर्मितीचे प्रशिक्षण उपलब्ध आहे.

■

बाजारपेठेनुसार दुग्धपदार्थांचे नियोजन

आपल्या उत्पादनात विशेष काय आहे, ते समजून घेऊन ग्राहकास त्या विशेषतेची जाणीव करून दिल्यास आपल्या पदार्थांच्या विक्रीत वाढ होण्यास मदत होईल. वेगळा विचार आणि त्यानुसार नियोजनाप्रमाणे बाजारपेठेत मोठ्या प्रमाणात आवश्यकता भासणाऱ्या दुग्धपदार्थांचे योग्य नियोजन करून आपल्या व्यवसायातील नफा वाढवता येईल.

आहारात दुग्धपदार्थ आणि त्यापासूनची उपउत्पादने यांचा समावेश असणे हे पोषणाच्या दृष्टीने महत्त्वाचे आहेच. यासाठी दुग्धपदार्थांचा पुरवठा केल्यास म्हणजे दुधावर प्रक्रिया केल्याने, मूल्यवर्धन केल्याने नफाही चांगला मिळेल. दुग्धपदार्थांची किरकोळ विक्री सुरुवातीस कधी-कधी कमी होते; परंतु एका वेळेस जर ५०-१०० किलो / लीटर जर उत्पादनाचा खप झाला, तर अर्थात नफाही त्या पटीत वाढेल. यासाठी लहान उत्पादकाने वेगळा विचार व त्या अनुषंगाने तसे नियोजन करणे गरजेचे आहे.

वेलकम ड्रिंक

- काही समारंभात पाहुण्यांच्या स्वागतासाठी पेय देण्यात येते. या 'वेलकम ड्रिंक'साठी निवळीपासूनचे थंड पेय, लस्सी, सुगंधी दूध, चॉकलेट दूध इत्यादी पर्याय समारंभानुसार, ऋतूनुसार देता येतील.
- ताकातदेखील मसाला ताक, कोकम सिरपचे ताक, फालुदा, निवळी अधिक दुधापासून तयार केलेली कोल्ड कॉफी इत्यादी प्रकार सुचवता येतील.

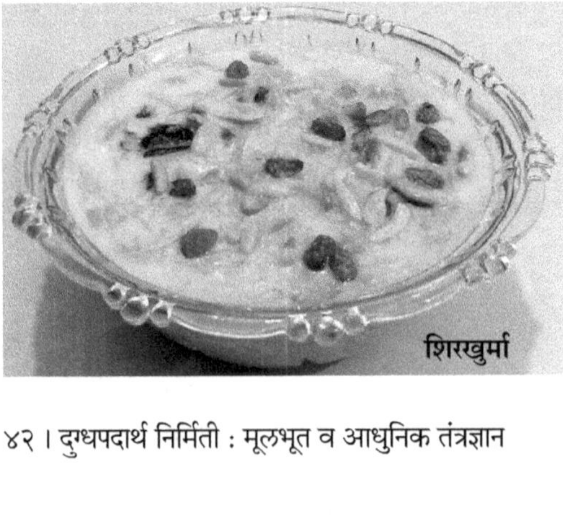

शिरखुर्मा

फालुदा

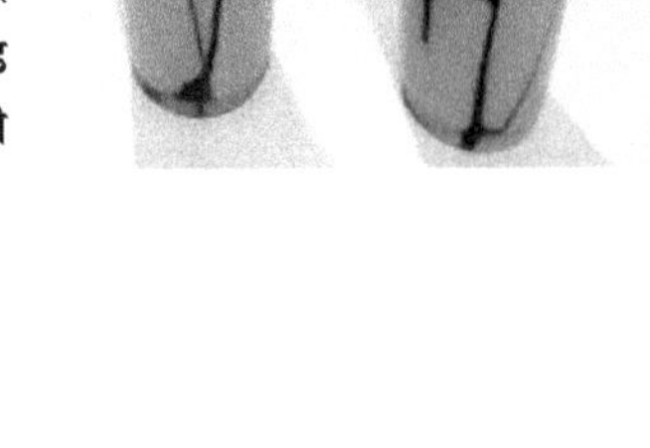

निवळी अधिक दुधापासून तयार केलेली कोल्ड कॉफी

इतर पर्याय

प्रोबायोटिकच्या सूक्ष्मजीवांचा वापर करून बनवलेले दुग्धपदार्थ, खनिजांचा वापर करून बनवलेले दुग्धपदार्थ अशा बाबींवर भारतातदेखील बरेच संशोधन झाले आहे. असे दुग्धपदार्थ तयार करून विक्री करण्यास प्रचंड वाव आहे. मार्केटमध्ये मोठ्या कंपन्यांची अशी उत्पादने उपलब्ध आहेत.

सणांसाठी दुग्धपदार्थांचे नियोजन

- काही सणांसाठी दुग्धपदार्थ ही एक आवश्यक गोष्ट झाली आहे. उदाहरणार्थ, दिवाळीमध्ये मिठाईला प्रचंड मागणी असते. दसऱ्याला श्रीखंडाची मागणी वाढते. एकादशी, संकष्टी इत्यादी उपवासाच्या दिवशी आणि विशेष वारांना दह्याला मागणी असते. ईदच्या दरम्यान शिरखुर्मादेखील मोठ्या प्रमाणावर खपतो. अशा अनेक धर्मांतील सण लक्षात घेऊन दुग्धपदार्थ तयार करून विक्री वाढवता येईल.
- आपणास सणांच्या सोयीनुसारदेखील एखादा नवीन पदार्थ रुजवता येईल. संक्रांतीसाठी लहान पेढा (३-४ ग्रॅम) तयार करून नाममात्र एक तीळ मध्यभागी ठेवून विकता येईल. हा लहान संक्रांत पेढा देण्यासही व किमतीसही सोयीचा ठरतो.
- वरील अनेक प्रकारांच्या पर्यायांसाठी गायीचे दूधदेखील वापरता येईल. कमी भाव असणाऱ्या गायीच्या दुधाचा वापर करून, प्रक्रिया करून दुग्धपदार्थांना पारंपरिक, नावीन्यता व गरजेनुसार जोड देऊन विक्रीत वाढ, सातत्य निश्चित ठेवता येईल.

बाजारपेठेनुसार मुख्य कच्च्या मालाची विक्री

- अनेक समारंभात जेवणासाठी, हॉटेल, कॅन्टीन, मेससाठी खवा, पनीर हे पदार्थ कच्चा माल म्हणून मोठ्या प्रमाणावर आवश्यक असतात.
- अनेक हॉटेलना पनीरची रोजची मागणी असते. काही वेळेस मोठ्या प्रमाणात श्रीखंड बनवण्यासाठी चक्क्याची आवश्यकता असते.
- अनेक केकची दुकाने, हॉटेलना सायीची (क्रीमची)देखील मागणी असते. हॉटेल, आचारी, मेस इत्यादींना भेट देऊन मागणी नोंदवून पुरवठा करता येईल.

दुग्धपदार्थांचे मूल्यवर्धन

- दुधात किंवा दुग्धप्रक्रियेत जीवनसत्त्वे, खनिजे, तंतुमय पदार्थ मिसळले जातात. या प्रकारेच अनेकविध फळांच्या रसाचा / गराचादेखील वापर दुग्धपदार्थांत करता येईल. यावर कृषी विद्यापीठात भरपूर संशोधन झालेले आहे.
- जिथे मुबलक प्रमाणात फळपीक उपलब्ध आहे, अशा ठिकाणच्या फळपिकाचा रस / गर वापरता येईल.

कमी फॅटचे व कमी कॅलरीचे दुग्धपदार्थ

- मोठ्या प्रमाणावर दुधातील साय वेगळी करण्यासाठी क्रीम सेपरेटरचा वापर करून सायविरहित कमी फॅटचे दुग्धपदार्थ बनवणे सहज शक्य आहे.
- कृत्रिम साखर वापरून कमी कॅलरीचे दुग्धपदार्थ बनवता येतात.
- कायद्यानुसार आपणास सॅक्रीन, ॲसपरटेम, एसल्फेम, सुक्रॅलोज अशा कृत्रिम साखरेचा वापर दुग्धपदार्थात करता येईल. आज अशा दुग्धपदार्थांची मागणी वाढते आहे.

लहान मुलांसाठी विशेष दुग्धपदार्थ

- लहान मुलांना आवडतील असे दुग्धपदार्थ दिल्यास दुधापासूनच्या पोषणास ती मुकणार नाहीत.
- संदेश ही बंगाली मिठाई (अनेकविध आकारांची) लहान मुलांना नक्की आवडेल. रसगुल्ल्याचाच लहान आकार पाकाव्यतिरिक्त देऊन अनेक रंगांत तो दिल्यास मुले खूप आवडीने खातात.
- निवळी + दुध यांचा वापर करून, रंग टाकून

तयार केलेली कुल्फी मुलांना नक्की आवडेल. चॉकलेट बर्फी, लहान पेढा (मुलांना एका वेळेस व्यवस्थित खाता येणारा) इत्यादी दुग्धपदार्थ विशेष म्हणून देता येतील.

पारंपरिक दुग्धपदार्थांची उपलब्धता

- विविध दुग्धपदार्थांच्या वर्गीकरणासाठी ढोबळ असे पाच प्रकार पडतात :
  - दूध आटवून तयार केलेले. उदाहरणार्थ, खवा, बासुंदी इत्यादी
  - दूध साकळवून तयार केलेले. उदाहरणार्थ, पनीर, छन्ना
  - जास्त फॅट असलेले. उदाहरणार्थ, तूप, बटर
  - दूध आंबवून तयार केलेले. उदाहरणार्थ, दही, श्रीखंड
  - दुधावर आधारित. उदाहरणार्थ, खीर, फिरनी
- यांव्यतिरिक्त विविध राज्यांतील अनेक पारंपरिक दुग्धपदार्थ त्याच राज्यापुरते, भागापुरते मर्यादित राहिले आहेत. जसे बेळगावचा कुंदा, दक्षिण भारतातील कर्ड राइस, बंगालचा संदेश, मिष्टी दही, जगन्नाथपुरी येथे प्रसाद म्हणून वापर होणारा छन्ना पोडो, धारवाडचा पेढा, मथुरेचा पेढा, पंजाब व त्या आसपासच्या भागातील फिरनी, दक्षिण भारतातील खिरीसारखा दुग्धपदार्थ पायसम, पंजाब आणि राजस्थानमधील राबडी इत्यादी पोषक असे पारंपरिक दुग्धपदार्थ आजही अनेक ठिकाणी अनोळखीचे आहेत.
- आपल्या भागात या पारंपरिक दुग्धपदार्थांची विक्रीसाठीची उपलब्धता करून देता येईल. परंपरा जपल्याचे ग्राहकास, विक्रेत्यास समाधान लाभून नवीन चवीचे दुग्धपदार्थ चाखावयास मिळतील.

डेअरी केटरिंग

- अनेक धार्मिक कार्यांत, घरगुती कार्यक्रमांत दुपारचे किंवा रात्रीचे जेवण दिले जाते. जेवणात दुग्धपदार्थांचा आणि त्यापासूनच्या उपउत्पादनांचा जास्तीत जास्त समावेश असणे म्हणजे डेअरी केटरिंग.
- आचारी, जेवण पुरवणारे, हॉटेल, कॅन्टीन, लग्नकार्यासाठीचे हॉल इत्यादी विविध ठिकाणी दुग्धपदार्थ आणि प्रक्रिया केलेली उपउत्पादने जेवणासाठी सुचवून थेट पुरवठा करता येईल.
- मोठमोठ्या समारंभात जेवणासाठीच्या मेनूत सूप, स्टार्टर, मुख्य जेवण, भात, गोड किंवा थंड दुग्धपदार्थ इत्यादी प्रकार असतात. या सर्व प्रकारात डेअरीतील पदार्थांचा समावेश करता येऊ शकतो. उदाहरणार्थ, सूपमध्ये पनीर, छन्नापासून मिळणाऱ्या उपउत्पादनात निवळीचा उपयोग करता येतो. अनेक प्रकारच्या रेडिमेड मिश्रणाचा वापर आपणास करता येतो.
- स्टार्टरमध्ये पनीर चिल्ली, पनीर टिक्का इत्यादी, तर पनीरचा वापर अनेक भाज्यांमध्ये करता येतो. सदर भाज्या मुख्य जेवणात देता येतील. भातामध्ये पनीर पुलाव, कर्ड राइस हे पर्याय उपलब्ध आहेत. तसेच, कढी किंवा हवे असल्यास दहीदेखील मेनूत सुचवता येईल.
- गोड किंवा डेझर्ट म्हणून असंख्य पर्याय आहेत; परंतु नेहमीचे गोड पदार्थ न देता अंगूर रबडी, रसमलाई, बासुंदी, कुल्फी असे देशी पर्याय सुचवून देता येतील. याशिवाय लस्सी, ताक हे पर्यायदेखील आहेतच.

■

मागणी वाढवण्यासाठी हवेत दर्जेदार पदार्थ

विविध पर्याय अमलात आणून स्वच्छ दूधउत्पादन, दुग्धप्रक्रिया पदार्थ निर्मिती, भेसळविरहित दुग्धपदार्थ-निर्मिती करणे गरजेचे आहे, त्यामुळे ग्राहकांचा विश्वास दृढ होऊन दुग्ध-उत्पादनांना चांगली मागणी मिळते व नफा वाढण्यास मदत होते.

लहान दुग्ध व्यावसायिकांनी एकत्र येऊन दुधावर प्रक्रिया करून मार्केटिंगवर जोर दिल्यास नियोजनाच्या आधारे दुग्धप्रक्रिया फायदेशीर करता येते; परंतु या व्यतिरिक्तही काही प्रश्न निर्माण होतात. उदाहरणार्थ, वर्षभर दुग्धपदार्थांना मार्केट कसे राखता येईल, यासाठीचे नियोजन कसे करता येईल, सोपा उपाय काय, सुरुवात कशी करणार... इत्यादी प्रश्नांच्या उत्तरासाठी दुधाची वर्षभर उपलब्धता असल्यास वर्षभरासाठी विविध पदार्थांच्या उत्पादनाचे नियोजन करता येईल. यासाठी पारंपरिक किंवा बाजारपेठेतील मागणीप्रमाणे दुग्धपदार्थ तयार करणे किंवा त्याच पदार्थांपासून नावीन्यपूर्ण पदार्थ तयार करून नवीन ग्राहकांना देणे, असे अनेक पर्याय आपणास निवडता येतील.

या सर्व नियोजनात, विविध पर्याय अमलात आणताना आपणास गरज आहे ती स्वच्छ दूध उत्पादन, दुग्धपदार्थ-निर्मिती, भेसळविरहित दुग्धपदार्थ-निर्मिती यांची; जेणेकरून ग्राहकांच्या मनातला विश्वास दृढ होऊन दुग्धउत्पादकांना मागणी कायम राहून आपला नफाही वाढवता येईल.

वयोमानानुसार दुग्धपदार्थांचे उत्पादन

- दुग्धपदार्थांत असणारे जास्तीचे फॅट, कॅलरीज वयस्क लोकांसाठी चिंतेचे विषय ठरतात. यासाठी कमी कॅलरीजचे किंवा कमी फॅटचे दुग्धपदार्थ बनवून वयस्क, पथ्य असणाऱ्यांना किंवा स्थूल असणाऱ्यांना ते घेता येतील.
- कमी फॅटचे दुग्धपदार्थ बनवताना दुधातील फॅट काढून दुग्धपदार्थ बनवणे, शिवाय कमी कॅलरीजचे बनवताना दुधात साखरेचा वापर न करता कृत्रिम साखरेचा वापर करावा. लहान मुलांना दुग्धपदार्थांकडे आकर्षित करण्यासाठी विविध नवीन प्रकारचे आइस्क्रीम, कुल्फी, बेबी चेरी, रसगुल्ला, संदेश इत्यादी पदार्थ करता येतील. विविध रंगांचे आणि स्वादांचे सुगंधी पेय, चॉकलेट दूध मुलांच्या आवडीचे आहेत.
- तरुण वर्गासाठी पौष्टिक दुग्धपदार्थांची आवश्यकता असते. निवळीचे स्पोर्ट्स ड्रिंक, व्हे कोल्ड कॉफी, पनीर, चांगल्या फॅटचे सुगंधी पेय, चीज, मिष्टी दही इत्यादी अनेक पर्याय त्यांच्यासाठी आहेत. मात्र, विविध दुग्धपदार्थ विविध वयोमानातील ग्राहकांना देताना त्यांना

त्या संबंधीचे पोषणाचे महत्त्व पटवून दिले पाहिजे.

ऋतूनुसार उत्पादनाचे नियोजन

- ऋतूनुसार दुग्धपदार्थ उत्पादनाचे नियोजन करून पदार्थांचा खप वाढवता येतो. हिवाळ्यात शक्यतो जास्त फॅटच्या दुग्धपदार्थांचा समावेश आवर्जून केला जातो. निवळीचे सूप, पनीर, तूप, श्रीखंड, गुलाबजाम, रसगुल्ला, अनेक प्रकारच्या मिठाई इत्यादी पदार्थ हिवाळ्यात मागणी टिकवून असतात.
- पावसाळ्यात दुग्धपदार्थांना विशेष मागणी नसते; परंतु वर्षभर मागणी असणारे दुग्धपदार्थ दुकानात ठेवता येतील.
- उन्हाळ्यात मात्र दही, लस्सी, विविध प्रकारचे ताक, निवळीपासून तयार केलेले थंडपेय, सुगंधी दूध, आइस्क्रीम, कुल्फी असे अनेक पर्याय आहेत.

विविध आजारांचा विचार करून दुग्धपदार्थांचे उत्पादन

दुग्धपदार्थ उत्पादनात आज अनेक आधुनिक पद्धती आल्या आहेत. कार्य करणारे (functional) दुग्धपदार्थ, प्रोबायोटिकचा वापर, कमी साखरेचे दुग्धपदार्थ, दुधातील साखर (लॅक्टोज) कमी करणे, दुधात अनेक खनिज तसेच जीवनसत्त्वाचा वापर करणे, या अनेक पर्यायांचा वापर करून विशिष्ट ग्राहकांना आकर्षित करता येते. या पदार्थांचे तंत्रज्ञान राष्ट्रीय डेअरी अनुसंधान संस्था, कर्नाल, कृषी विद्यापीठे, संशोधन संस्था यांनी विकसित केले आहे.

एक किंवा दोनच विशेष दुग्धपदार्थांचा व्यवसाय

- दुधापासून तयार केलेल्या विविध प्रकारच्या दुग्धपदार्थांचा छोटा व्यवसाय उभारता येतो. असा प्रकार अनेक शहरांत पाहावयास मिळतो.
- काही ठिकाणी एका दुग्धपदार्थाचे अनेक प्रकार तयार करून विक्री करताना आपण पाहतो. उदाहरणार्थ, अनेक प्रकारच्या 'मस्तानी' (दूध व आंब्याचा रस, आइस्क्रीम, काजू, बदाम इत्यादी वापरून बनवलेला पदार्थ) याचे छोटे हॉटेलवजा दुकान, अनेक प्रकारच्या कुल्फी, फालुदा, ताक, बदामशेक देणारे दुकानदार आपणास पाहावयास मिळतात.
- विविध शहरांतील अनेक प्रसिद्ध व्यावसायिक एखादा दुग्धपदार्थ वर्षानुवर्षे बनवताना आढळतात. असा हातखंडा असलेला एखादा दुग्धपदार्थ निवडून त्यावर लक्ष केंद्रित करून त्यात अनेक प्रकार ग्राहकाला देऊन विक्रीत सातत्य ठेवता येईल.

चांगली बाजारपेठ व मागणी असणारे दुग्धपदार्थ

- हमखास बाजारपेठ असणारे दोन दुग्धपदार्थ म्हणजे खवा आणि पनीर. विविध प्रकारच्या मिठाई तयार करण्यासाठी खवा हा कच्चा माल म्हणून वापरला जातो. महाराष्ट्रात खव्यासाठी काही ठिकाणे प्रसिद्ध आहेत, तर काही ठिकाणी खवाच मिळत नाही; परंतु खवा उत्पादित होणाऱ्या ठिकाणी खव्यासाठी चांगले मार्केट उपलब्ध होत नाही. यासाठी उत्पादकांनी आकर्षक पॅकेजिंग करून व खव्याची टिकवणक्षमता वाढवून तो दूरवर पाठवणे सोयीस्कर होईल यासाठी व्हॅक्यूम पॅकेजिंगचा वापरही स्वीकारता येईल.
- अनेक हॉटेल्समध्ये पनीरची आवश्यकता असते. त्यासाठी पनीर तयार करताना स्वच्छता ठेवून व चांगले पॅकिंग करून पनीरची किरकोळ विक्री करता येईल.
- वर्षभर उत्तम प्रकारचे दहीदेखील ग्राहकांना हवे असते. चांगल्या दह्यासाठी चांगले विरजण वापरणे, पावडरचे विरजण वापरणे, दूध नीट तापवणे इत्यादी गोष्टींचे तंत्रज्ञान लक्षात घेतल्यास दहीसुद्धा चांगले खपेल.

- पेढा, बर्फी, लस्सी, श्रीखंड, बासुंदी इत्यादी पदार्थांना नेहमीच मागणी असते; परंतु या पदार्थांची उपलब्धता बाजारपेठेत भरपूर असल्यामुळे शुद्धता, गुणवत्ता उत्तम असल्यास सदरचे दुग्धपदार्थही बाजारपेठेत इतर ब्रँड्सना चांगली स्पर्धा देऊ शकतात.

विविध सणांसाठीचे वर्षभराचे नियोजन

- वर्षभर साजऱ्या होणाऱ्या सणांसाठी वेगवेगळ्या पदार्थांना मागणी असते. जसे दसऱ्यासाठी श्रीखंड, दिवाळीसाठी विविध प्रकारच्या मिठाया, ईदसाठी शिरखुर्मा, उपवासासाठी दह्याची मागणी वाढते, तसेच अनेक समारंभासाठी बासुंदीलाही मागणी असते. अशा विविध सणसमारंभासाठी आगाऊ ऑर्डर नोंदवून घेऊन विक्री वाढवता येईल.
- एखादा नवा दुग्धपदार्थ ग्राहकांना विशिष्ट सणासाठी पेश करता येईल.

विविध राज्यांतील दुग्धपदार्थांचे उत्पादन

- विविध राज्यांतील काही निवडक, सोप्या पदार्थांबाबत माहिती करून घेऊन या दुग्धपदार्थांची निर्मिती करता येईल. उदाहरणार्थ, दक्षिण भारतातील कर्ड राइस (दहीभात) हा प्रसिद्ध दुग्धपदार्थ. कर्ड राइस बनवून त्याचे लहान ते मध्यम आकाराच्या डब्यात पॅकिंग करून हा पदार्थ रुजवता येईल. शिवाय, तळलेले किंवा मैदा असलेले पदार्थ टाळण्याकडेच ग्राहकांचा कल असतो. यासाठी ग्राहक कर्ड राइसचा पर्याय स्वीकारतील.
- याशिवाय पनीर, चक्का बनवताना मिळणारे उपउत्पादन निवळी (व्हे) वापरून तयार केलेले निवळी सूप, पनीर चिल्ली असे अनेक प्रकारचे पदार्थ तयार करता येतात. तसेच, थंडपेय म्हणून सुगंधी दूध, चॉकलेट दूध, मसाला ताक, कोकम ताक, आणि शेवटी अंगूर रबडी, रसमलाई किंवा आइस्क्रीम असे अनेक पदार्थ पर्याय म्हणून देता येतील.
- याशिवाय, विविध राज्यांतील दुग्धपदार्थ उदाहरणार्थ, कुंदा, मिष्टी दही, फिरनी, संदेश, सीताभोग असे अनेक पदार्थ तयार करून विकता येतील.

सदर पुस्तकात नमूद केलेल्या विविध दुग्धपदार्थांच्या कृती *दुग्धप्रक्रिया तंत्र* या पुस्तकात दिल्या आहेत.

दुग्धपदार्थ उत्पादनासाठी वेगळे पर्याय

- बाजारपेठेचा अभ्यास केल्यास अनेक लहान-मोठे हॉटेल्स, विविध अन्नपदार्थ उत्पादन करणारे व्यावसायिक यांना विशिष्ट पदार्थ दररोज कच्चा माल म्हणून हवे असतात. उदाहरणार्थ, सँडविचसाठी बटर, पिझ्झासाठी मोझारेला चीझ, केकसाठी क्रीम (साय) इत्यादी. हे पदार्थ बनवणाऱ्या व्यावसायिकांना या सर्व दुग्धपदार्थांचा पुरवठा सततच्या मागणीमुळे आवश्यक ठरतो.
- दुधातील साय क्रीम सेपरेटरने वेगळी करता येते. साय नसलेल्या दुधापासून (स्कीम मिल्क) कमी फॅटचे दुग्धपदार्थ बनवता येतात. मोझारेला चीज, आइस्क्रीम, सुगंधी दूध असे काही दुग्धपदार्थ तयार करण्यासाठी बाजारात छोटी यंत्रे उपलब्ध आहेत.

■

दुधाचे मूल्यमापन

> दुग्धपदार्थांच्या निर्मितीसाठी दूध हे मुख्य कच्चा माल म्हणून वापरले जाते. यासाठी दुधाची ज्ञानेंद्रियांनुसारची गुणवत्ता ही उत्तमच असायला हवी. त्याची तपासणीही शास्त्रीय पद्धतीने व्हायला हवी. परंतु, ज्ञानेंद्रियांनुसार दूध नेमके कसे असावे, हे माहीत असल्यास दुधाच्या गुणवत्तेचे मूल्यमापन करणे सोपे होईल.

भारतात एकूण दूध-उत्पादनाच्या ४६% दूध हे थेट पिण्यासाठी किंवा घरगुती वापरासाठी वापरले जाते. उत्पादित दुग्धपदार्थांची गुणवत्ता ही कच्च्या मालाच्या गुणवत्तेवर अवलंबून असते.

ज्ञानेंद्रियांनुसार दुधाचे इष्ट गुणधर्म

- दुधाचा फ्लेवर (चव + गंध) हा आल्हाददायक व हलकासा गोड असावा. दुधाच्या चवीतील नैसर्गिक उत्तमपणा हा दुधातील फॅटमुळे आणि गोडवा हा दुधातील लॅक्टोज (दुग्धशर्करे)मुळे असतो.
- गायीच्या दुधाचा रंग हा हलकासा पिवळसर, तर म्हशीच्या दुधाचा रंग पांढरा असतो. रंगाची तीव्रता दोन्ही प्रकारचे दूध एकत्र केल्यास बदलते. दुधाच्या पृष्ठभागावर फॅटचे कण / ग्लोब्युल आढळू नयेत.
- भांड्यात ठेवलेल्या फॅटविरहित दुधाचा रंग कडेला हलकासा निळसर दिसतो. कासदाह आजाराचा प्रादुर्भाव झालेल्या गायीच्या / म्हशीच्या दुधाचा रंग हलकासा गुलाबी असतो.

दुधाच्या मूल्यमापनाचे गुणपत्रक

- अमेरिकन डेअरी सायन्स असोसिएशन (ADSA)ने पॉइंटच्या गुणपत्रकाची शिफारस केली आहे. याशिवाय, दुधाच्या ज्ञानेंद्रियांनुसारच्या तपासणीसाठी १०० पॉइंट गुणपत्रकाची शिफारस ब्युरो ऑफ इंडियन स्टँडर्ड्स (BIS)ने केली आहे.
- काहीही दोष न आढळलेल्या दुधास पूर्ण गुण द्यावेत. दोषामुळे विकण्यास अयोग्य अशा दुधास शून्य गुण मिळतात.

ज्ञानेंद्रियांनुसार दुधाचे परीक्षण आणि गुण देण्याची पद्धत

कंटेनरमधील, पिशवीतील दूध

- दुधासाठी अनेक प्रकारचे पॅकेजिंग साहित्य वापरले जाते. या पॅकेजिंग साहित्याचे काळजीपूर्वक निरीक्षण करावे.
- दूध बहुतांशी पॉलिथिनच्या पाउचमध्ये पॅक करतात. पॅकेज कुठे गळते आहे का? पॅकिंगमधील मूळ पदार्थ काढून भेसळ तर झालेली नाही ना? या बाबी काळजीपूर्वक

पाहाव्यात. कंटेनरमध्ये / पिशवीमध्ये दिलेल्या (उदाहरणार्थ, २५० मिली, ५०० मिली इत्यादी) ठरावीक तितक्याच मापानुसार दूध आहे का, दूध आहे त्यापेक्षा कमी आढळले का, स्वच्छता आणि प्रिंटिंग इत्यादी बाबीही तपासाव्यात.

सेडिमेंटची (दुधाच्या तळाशी जमणारा किंचितसा गाळ) तपासणी

- दुधाच्या नमुन्याचे सेडिमेंट टेस्टसाठीसुद्धा निरीक्षण करावे. कुठल्या प्रकारचे, किती, आणि किती प्रकारचे सेडिमेंट कण आहेत, हे तपासून तसे गुणपत्रकात नमूद करावे. दुधात सेडिमेंट आढळणे ही गंभीर बाब आहे.
- सेडिमेंट डिस्कनुसार स्कोरिंग पद्धतीची संभवनीयता व दुधातील सेडिमेंटच्या प्रमाणानुसार गुण देण्याची पद्धत

सेडिमेंटची संख्या	गुण
सेडिमेंट नसणे	०
< ०.०२ मि.ग्रॅ/डिस्क	३
०.०२-०.०२५ मि.ग्रॅ/डिस्क	२
>०.०२५. मि.ग्रॅ./डिस्क	१

दुधाचा फ्लेवर (चव + गंध)

- फ्लेवर तपासणीसाठी दुधाचे तापमान १३ ते १८ अंश सेल्सिअसदरम्यान असावे. शक्यतो दुधाचे तापमान १५.५ अंश सेल्सिअस असावे.
- स्वच्छ, गंधरहित ग्लास किंवा प्लास्टिक बॉटलमध्ये दुधाचा नमुना परीक्षणासाठी द्यावा. प्रत्येक परीक्षणास साधारणपणे ५० मिली दुधाचा नमुना द्यावा.
- दुधाचा कॅन-बॉटलचे झाकण काढून दुधाचा वास घ्यावा आणि गंध तपासावा. यानंतर दुधाच्या पृष्ठभागावर साय आहे का, व घुसळल्यासारखे फॅटचे ग्लोब्यूल आहेत का, ते पाहावे.
- दुधाचा नमुना नंतर चांगला एकजीव करून साधारण १० मिली इतका घोट घ्यावा. दुधाचा घोट तोंडात फिरवून चवीची नोंद करावी. काही वेळेस आफ्टर टेस्टसाठी हळूहळू ताज्या हवेत श्वास घेऊन दुधाच्या चवीची नोंद करतात. दुधाच्या बॉटलमधल्या आतील भागावर पातळ थर येतो, ज्यामुळे दुधाचा गंध कळतो.

जिवाणूंची संख्या

- भारतात पाश्चराइझ दुधासाठी जास्तीत जास्त जिवाणूंची संख्या ही ३००० प्रति मिलीएवढी असावी, तर कोलीफॉर्मसाठी ०.१ ग्रॅम असावी. यापेक्षा जास्त असल्यास पाचपैकी शून्य गुण द्यावेत. प्रत्येक नमुन्याच्या जिवाणूंची संख्या प्रत्यक्षात मोजणे कठीण असते. यासाठी शंकास्पद नमुने, तसेच कधी-कधी दुधाच्या काही नमुन्यांतील जिवाणूंची संख्या तपासावी.
- जिवाणूंच्या संख्येनुसार गुण देण्याची पद्धत

एसपीसी* (सीएफयू** प्रति मिली)	गुण
> ३०,०००,	०
१८,००० ते ३०,०००	१
१२,००० ते १८,०००	२
६००० ते १२०००	३
३००० ते ६०००	४
< ३०००	५

* एसपीसी (SPC) (Standard Plate Count)

** सीएफयू (CFU) (Colony Forming Unit)

यापेक्षा जास्त संख्या असल्यास पाचपैकी शून्य गुण द्यावेत. प्रत्येत नमुन्याच्या जिवाणूंची संख्या प्रत्यक्षात मोजणे जाचक ठरते. यासाठी शंकास्पद नमुने, तसेच अधूनमधून काही नमुन्यांची जिवाणूंची संख्या तपासावी.

तापमान

- चिलिंग प्रक्रिया न केलेले कच्चे दूध किंवा पाश्चराइझ दूध ७.२ अंश सेल्सिअस तापमानास

साठवावे. परंतु, ४.४ अंश सेल्सिअस खाली तापमान असल्यास अधिक उत्तम.

- जर पाश्चराइझ केलेल्या दुधाचे तापमान ७.२ अंश सेल्सिअसपेक्षा अधिक असेल तर सदर नमुन्यास शून्य गुण द्यावेत.
- तापमान ४.४ ते ७.२ अंश सेल्सिअसच्या दरम्यान असेल तर १ गुण द्यावा आणि ४.४ अंश सेल्सिअसच्या खाली तापमान असल्यास २ गुण द्यावे.

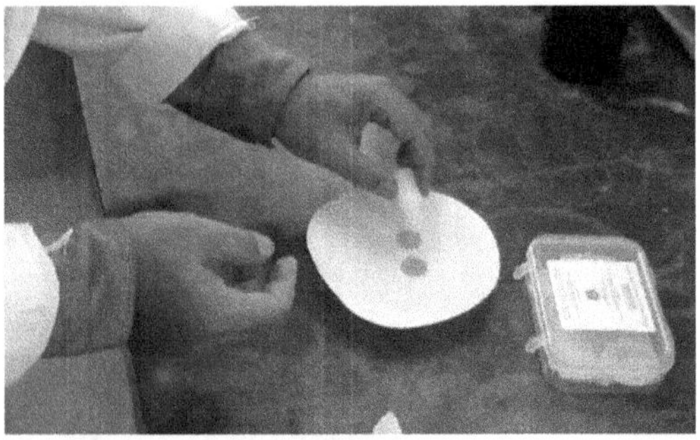

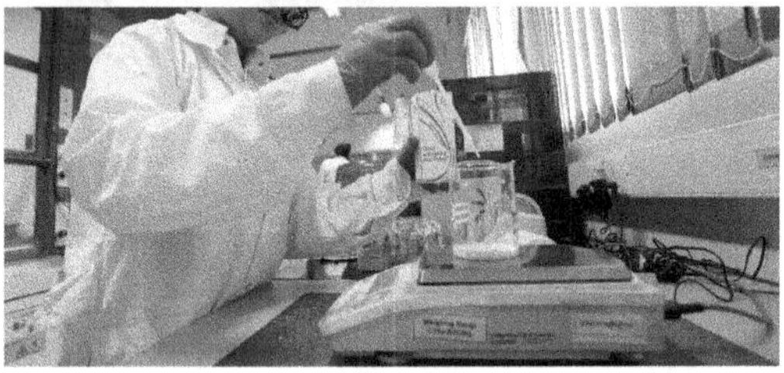

दुधातील भेसळ तपासण्याच्या विविध पद्धती

ज्ञानेंद्रियानुसार दुधाच्या तपासणीसाठी गुणपत्रक

ADSA स्कोअर कार्ड	
गुणधर्म	**परिपूर्ण गुण**
फ्लेवर (चव + गंध)	१०
सेडिमेंट	३
पॅकेज	५
जिवाणू	५
तापमान	२
एकूण	२५
BIS स्कोअर कार्ड	
सुगंध (Odour)	२०
फ्लेवर (Flayour)	४०
सुसंगतता (Consistency)	३०
रंग आणि दिसणे (Colour & Appeatance)	१०
एकूण	१००

दुधाचा दर्जा / गुणवत्ता

- रासायनिक गुणवत्ता
  - दूषित घटक
    - धातू (heavy metals)
    - कीटकनाशक
    - प्रतिजैविके
- जीवजंतुंनुसार गुणवत्ता
  - भेसळीसाठी वापरले जाणारे घटक
    - पाणी
    - प्रिझर्व्हेटीव
    - न्यूट्रलायझर
    - पिष्टमय पदार्थ
    - डिटर्जंट
    - वनस्पती तेल

दुधातील दोष

दुधाची चव स्वच्छ, गोड न जाणवणे किंवा फ्लेवर आल्हाददायक न जाणवणे असे मुख्य दोष असतात.

दुधाच्या फ्लेवरमधील दोषांचे चार प्रमुख प्रकार

- गढलेला (Absorbed) : दुधाला गोठ्यातील शेणाचा, चाऱ्याचा, कांद्याचा किंवा लसणाचा वास येणे.
- जिवाणू : दुधामध्ये जिवाणूंचा प्रादुर्भाव झाल्यामुळे दुधाला कडू, ॲसिडिक, फळांसारखा/आंबवलेला, खवट, वास येतो.
- केमिकल : रासायनिक घटक मिसळल्यामुळे दूध तुरट, ताजेपणा नसलेले, शिळे जाणवणे.
- आर्द्र विद्राव्यता (Delinquency) : दूध खारट, अस्वच्छ जाणवणे.

दुधातील दोष दूर करण्यासाठी उपाययोजना

- गोठ्यातील वास दुधास आल्यास गोठ्यातील व्यवस्थापनातील त्रुटीकडे लक्ष द्यावे. गोठ्यामध्ये हवा खेळती नसल्यामुळे दुधाला हा नको असलेला वास येतो.
- दूध काढण्याअगोदर तीन तास आधी जनावरास चारा दिल्यास दुधाला चाऱ्यासारखा वास येण्याची शक्यता असते.
- दुधातील लॅक्टोजचे लॅक्टिक ॲसिडमध्ये रूपांतर झाल्यास ॲसिडिक चव (आम्ल) जाणवते. यासाठी योग्य ती स्वच्छता बाळगणे आवश्यक आहे.
- काही ठरावीक तण जनावरांनी खाल्ल्यास दुधाला खवट / शिळा वास येतो.
- सूडोमोनास फ्रॅजी या अतिसूक्ष्म जिवामुळे दुधात गंभीर दोष निर्माण होतात. व्हिनेगर, अननस, सफरचंद इत्यादी फळांसारखा वास यामुळे येतो.
- दुधातील फॅटच्या एन्झायमॅटिक हायड्रोलीसीसमुळे व्होल्टाइल फॅटी ॲसिड निर्माण होतात. यामुळे दुधाचा खवटसा / शिळा वास येतो.
- दूध हलकेसे गरम केल्यासारखा दुधाला वास येणे आक्षेपार्ह नाही; परंतु भरपूर प्रमाणात येणे आक्षेपार्ह आहे.
- प्रकाशामुळे दुधातील लिपीडचे ऑक्सिडेशन होते व प्रथिने निकृष्ट होतात. हा वास भिजलेल्या कार्डबोर्ड पेपरसारखा किंवा ओल्या पेपरसारखा येतो.
- डिटर्जंट, सॅनिटायझरमुळे, कासेसाठी वापरलेल्या औषधामुळे, दुधाजवळ केरोसीन किंवा पेट्रोल असल्यामुळे बाहेरील गंध दुधास येतो.
- उशिराच्या वेतातील गायीच्या दुधाला खारट चव येते किंवा कासदाह आजारामुळेदेखील दुधातील खनिजांचे प्रमाण बदलून खारट चव येते.

A1 आणि A2 दूध

दुधाला आहारामध्ये अनन्यसाधारण महत्त्व आहे. दुधातील मानवी शरीरास असलेल्या अत्यंत उपयुक्त घटकांमुळे त्याला जवळपास 'पूर्ण अन्न' म्हणून संबोधले जाते. दुधात सर्वसाधारणपणे ८२ ते ८५ टक्के पाणी तर १५ ते १८ टक्के घनपदार्थ (फॅट, प्रथिने, लॅक्टोज, खनिज इत्यादी) असतात. दुधातील एकूण प्रथिनांपैकी ३६ टक्के अल्फा-केसीन, २७ टक्के बीटा-केसीन, ९ टक्के केपा-केसीन, आणि २७ टक्के पेप्टाइड्स आणि अमिनो आम्ल असतात. काही संदर्भांनुसार सआपणास असे ज्ञात आहे, की मागील जवळपास दहा हजार वर्षांपासून गाईचे दूध मानवी आहारामध्ये वापरले जात आहे.

दुधात आढळणाऱ्या प्रथिनांमुळे आपण दूध A1A1, A1A2 किंवा A2A2 आहे, असे ओळखू शकतो. प्रथिनांच्या रासायनिक संरचनेमध्ये ६७व्या स्थानावर असणाऱ्या बीटा-केसीनच्या प्रकारानुसार दूध A1 किंवा A2 असे ओळखले जाते. प्रथिनांच्या संरचनेमध्ये ६७व्या स्थानावर प्रोलीन (Proline) बीटा-केसीन असेल तर A2 दूध समजले जाते. तसेच त्याच स्थानावर हिस्टीडीन (Histidine) असेल तर A1 दूध आहे, असे समजले जाते. काही ग्रंथ आणि संदर्भ यांनुसार फार पूर्वीच्या काळी सर्व गायी या A2 प्रकारचे दूध देत असत. परंतु नैसर्गिक उत्परिवर्तन (mutation) झाल्यामुळे युरोपीय जातीच्या गायींमध्ये तफावत दाखवणारे बीटा-केसीन (हिस्टीडीन) तयार झाले.

A1 प्रथिने ही संकरित तसेच युरोपीय जातींच्या गायींमध्ये आढळते, तर भारतीय गोवंशामध्ये A2 प्रकारची प्रथिने आढळतात. भारतीय वंशाच्या म्हशी, शेळ्या, मेंढ्या, उंट इत्यादी जनावरांत A2 प्रकारची प्रथिने आढळतात. राष्ट्रीयश पशु आनुवंशिक संशोधन संस्था, कर्नाल, हरियाणा यांच्या संशोधनानुसार भारतीय गोवंशामध्ये ९२ टक्के गायी A2A2 प्रकारचे, ५ टक्के गायी या A1A2 प्रकारचे, तर केवळ ३ टक्के गायी या A1A1 प्रकारचे दूध देतात. भारतातील शुद्ध साहिवाल, लाल सिंधी, थारपारकर, आणि राठी या गायी १०० टक्के A2 प्रकारचे दूध देतात; तर इतर जातींमध्ये हे प्रमाण ९४ टक्केपर्यंत आहे. तसेच काही आशियाई (Asian) आणि आफ्रिकन गायीसुद्धा A2 प्रकारचे दूध देतात. उत्तर युरोपीय जातींच्या एचएफ गायींमध्ये A1 आणि A2 जनुकाचे प्रमाण १ : १ आढळते. तसेच पश्चिम युरोपीयमध्ये जर्सी गायींमध्ये ३५ टक्के A1 जनुके व ६५% A2 जनुके आढळतात. A1A1 जनुके असलेल्या गायी A1 प्रकारची संतती देतात; तर A1A2 जनुके असलेल्या गायींमध्ये ५० टक्के शक्यता A1 किंवा A2 संततीची असते.

न्यूझीलंडमध्ये झालेल्या संशोधनानुसार, A1 दूध प्यायल्यानंतर मानवी शरीरामध्ये पचन होताना बीटा केसोमॉर्फीन (BCM-7) हा एक प्रकारचा विषारी अमली पदार्थ तयार होतो. या आणि अशा अनेक बाबींचे निष्कर्ष *डेव्हिल इन द मिल्क* या किथ वूडफोर्थ यांच्या पुस्तकात वाचावयास मिळतात.

भारतीय वंशामध्ये मोठ्या प्रमाणावर A2 बीटा-केसीन प्रथिने आढळतात; परंतु संकरित व भारतातील विदेशी गोवंशामध्येसुद्धा A2चे प्रमाण ३० ते ४० टक्के, A1चे प्रमाण २० ते ३० टक्के, तर A1A2चे प्रमाण ३० ते ४० टक्के आढळून आले.

■

ओळखा दुधातील भेसळ

दुग्धजन्य पदार्थ उच्च गुणवत्तेचे व दर्जेदार होण्यासाठी दूधही तसेच दर्जेदार असायला हवे. परंतु, दिवसेंदिवस भेसळीमुळे दुधाचा दर्जा खालावत आहे. त्यासाठी दुधातील भेसळ ओळखणे गरजेचे आहे. ग्राहक संरक्षण कायदा व लोकजागृतीतून दूध भेसळीस आळा घालणे शक्य आहे.

दुग्ध व्यवसाय हा मोठ्या प्रमाणात असंघटित क्षेत्रात केला जातो. देशातील एकूण उत्पादित दुधापैकी केवळ १५% दुधावर प्रक्रिया केली जाते. देशातील घरगुती वापरासाठी दुधाचा वापर ४६ ते ४७%, तर असंघटितरीत्या दूध व दुग्धपदार्थ तयार करण्यासाठी ३८% दुधाचा वापर केला जातो. याचाच अर्थ जवळपास ८५% दूध संघटितरीत्या हाताळले जाते. यातूनच भेसळीस वाव मिळतो. भेसळीस प्रतिबंध करण्यास अडचणी येतात. सदर आकडेवारी काही वर्षांपूर्वीची असून, business@mapsofindia.com या स्त्रोतानुसार एकूण दुधाच्या जवळपास ४३% दूध पारंपरिक दुग्धपदार्थांसाठी, तर ४६% दूध घरगुती वापरासाठी वापरले जाते.

दुधाच्या नमुन्यांचे विश्लेषण

अन्नसुरक्षा मानके कायदा (FSSAI)ने २०११मध्ये केलेल्या अभ्यासानुसार काही निष्कर्ष मांडले आहेत. या अभ्यासात त्यांनी देशभरात अनेक राज्यांतून दुधाचे नमुने गोळा करून त्यांची प्रयोगशाळेत तपासणी केली.

- या सर्वेक्षणानुसार तपासणी केलेल्या एकूण नमुन्यांपैकी ६८.४% दुधाचे नमुने दूषित, सदोष

दुधात भेसळ का केली जाते ?

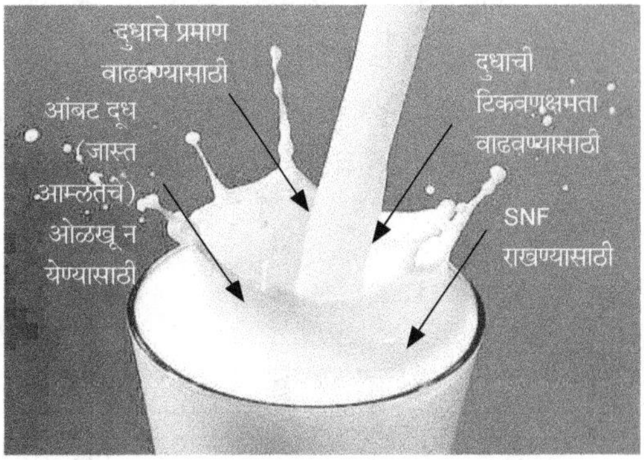

आढळलेले आहेत.

- अभ्यासानुसार गुजरातमध्ये ८९% नमुने, जम्मू आणि काश्मीरमध्ये ८३%, पंजाब ८१%, राजस्थान ७६%, दिल्लीतील ७०% आणि महाराष्ट्रातील ६५% दुधाचे नमुने नापास ठरले आहेत.
- या आकडेवारीनुसार दुधापासून शरीरास खूप पोषक घटक मिळतात, असे म्हणण्यापेक्षा भेसळयुक्त दुधापासून किती व्याधी जडू शकतात, असे म्हणणे सयुक्तिक ठरेल. हे

साहजिकच आहे. परंतु, असे असतानादेखील गोवा आणि पाँडिचेरी येथील १००% नमुने FSSAIच्या मानकात बसली आहेत. शिवाय, दक्षिण भारतात हेच प्रमाण अत्यंत कमी म्हणजे केरळमध्ये २८%, कर्नाटक २२%, तमिळनाडू १२% आणि आंध्र प्रदेशमध्ये ६७% नमुने भेसळयुक्त आढळली आहेत.

- सदर FSSAIचे सर्वेक्षण २०११मध्ये झाले आणि त्याचा अहवाल २०१२मध्ये दिला गेला. या सर्वेक्षणात एकूण १७९१ दुधाच्या नमुन्यांचे विश्लेषण करण्यात आले.
- FSSAIच्या नियमानुसार नसणारी / न जुळणारी नमुन्यांची संख्या १२२६ (६८.४%) एवढी होती. त्यात २८% पॅकिंग केलेल्या दुधाच्या नमुन्यांचा समावेश होता.
- फॅट आणि SNFनुसार ५७४ नमुने म्हणजे ४७% नमुने FSSAI नियमानुसार आढळले नाहीत.
- यानंतर ५४८ (४५%) नमुन्यात SMP चा (फॅट काढलेल्या दूध पावडरचा) अंतर्भाव आढळला.
- १०३ (८%) नमुन्यात डिटर्जंट पावडरचे अंश सापडले.
- यापैकी ६७-६८% भेसळयुक्त नमुन्यांपैकी ३१% नमुने ग्रामीण भागातील होते.
- सद्य:परिस्थितीनुसार भारतातील दुधातील वाढत जाणारी भेसळ गंभीर बाब असल्याचे केंद्रीय विज्ञान आणि तंत्रज्ञानमंत्री हर्षवर्धन यांनी लोकसभेत स्पष्ट केले होते.

कृत्रिम दूध

- कृत्रिम दूध तयार करताना युरिया, डीडीटी, कॉस्टिक सोडा, मीठ, साखर, ग्लुकोज पावडर कमी-अधिक प्रमाणात एकत्र दळून एकजीव केलेले मिश्रण पाण्यात मिसळतात. नंतर त्यात सोयाबीन तेल व स्कीम मिल्क पावडर मिसळतात. सदर दूध ओळखण्यासाठी रासायनिक प्रयोगशाळेची मदत घ्यावी लागते.
- इंटरनेटवर 'यू ट्यूब'वर भेसळीची अनेक चलचित्र बघता येतील. शुद्ध दुधात कृत्रिम दुधाची भेसळ केली जाते.

इतर देशातील दूध भेसळ

देश	भेसळ म्हणून नोंदवलेले पदार्थ
पाकिस्तान, बांगला देश, श्रीलंका	पाणी, युरिया, डिटर्जंट, फॉरमॅलिन, न्यूट्रलायझर, पिष्टमय पदार्थ, पीठ, वनस्पती तेल, क्वार्टरनरी अमोनिया कंपाउंड, साखर, सॉरबीटॉल, मीठ, बोरिक ॲसिड, हायपोक्लोराइट इत्यादी
चीन	मेलामाइन
अर्जेंटीना, ब्राझील, युरोप	पाणी, न्यूट्रलायझर, सोडिअम सिट्रेट, चीज व्हे (निवळी), कृत्रिम दूध, दुधाच्या फॅटची भेसळ, विविध प्राण्यांच्या दुधाची भेसळ

दूध भेसळीचा तक्ता पाहता हा प्रश्न किती वैश्विक आणि गंभीर झाला आहे याचा प्रत्यय येतो.

दुग्धपदार्थातच भेसळीसाठी वापरले जाणारे विविध पदार्थ

पदार्थ	भेसळ
तूप	वनस्पती तेल, हायड्रोजन विश्लेषित वनस्पती तेल, प्राण्यांच्या शरीरातील चरबी, कृत्रिम तेल, खनिज तेल
पनीर	खाण्यायोग्य व अयोग्य तेल, पिष्टमय पदार्थ
खवा	आरारुट पावडर, स्कीम मिल्क पावडर
आइस्क्रीम	टीपकागद (Blotting Paper of solution)
खवाजन्य गोड पदार्थ	खाण्यायोग्य व अयोग्य तेल, पिष्टमय पदार्थ
मिल्क पावडर	निवळी पावडर, माल्टोडेक्स्ट्रीन

दूधभेसळीसाठी वापरल्या जाणाऱ्या पदार्थांतील घटक : (नोंदवलेले घटक)

- कार्बोहायड्रेट : साखर, ग्लुकोज, स्टार्च (पिष्टमय पदार्थ), माल्टोडेक्सट्रीन इत्यादी
- मीठ आणि खते : युरिया, अमोनिया सल्फेट, सोडिअम क्लोराइड (NaCl)
- न्यूट्रलायझर : सोडिअम बायकार्बोनेट (बेकिंग सोडा), सोडिअम कार्बोनेट, सोडिअम हायड्रॉक्साइड
- प्रिझर्व्हेटिव्ह : फॉरमॅलिन, बोरिक ॲसिड
- डिटर्जंट : द्रवरूप डिटर्जंट, धुण्याची पावडर
- पाणी : नळाच्या पाण्यापेक्षा जड पाणी भेसळीस वापरले जाते.
- इतर : वनस्पती तेल, स्निग्धांश, सोया दूध, सॉरबिटॉल, रंग, थायोसायनेट इत्यादी

दुधाची घनता वाढवणे, दुधात पाणी मिसळल्यानंतर पातळ झालेल्या दुधाची घनता पुन्हा पूर्ववत आणणे, दुधाची वाढलेली आम्लता अयोग्यपणे आटोक्यात आणणे, ग्राहकांना फसवून दुधाची टिकवणक्षमता वाढवणे, तेल आणि पाणी व इतर औषधी पदार्थ यांचे दुधासारखे मिश्रण तयार करणे, मूळ दुधाची मात्रा वाढवणे, दुधातील शुद्ध फॅट काढून त्याला पर्याय म्हणून भेसळीसाठी इतर पदार्थ वापरणे, दुधापेक्षा स्वस्त घटकांची भेसळ करून दुधाची मात्रा वाढवणे, यासाठी वरील पदार्थांची दुधात भेसळ केली जाते.

काही सोप्या तपासण्या करून भेसळयुक्त दूध ओळखता येते

■

गुणवत्तापूर्ण पदार्थासाठी तपासा कच्च्या मालातील भेसळ

> भेसळीमुळे सणामध्ये मिठाईऐवजी सुका मेवा, फळे किंवा चॉकलेट इत्यादी शुभेच्छा म्हणून सदिच्छा भेट स्वरूपात दिले जातात. भेसळमुक्त पदार्थ तयार करण्यासाठी कच्च्या मालातील भेसळ ओळखणे गरजेचे आहे. भेसळ तपासून घरच्या घरी बनवलेल्या शुद्ध मिठाईला सणांच्या काळात चांगला भाव मिळू शकतो, हे लक्षात घेऊन नियोजन करावे.

अन्नसुरक्षा मानके कायद्याच्या २०११च्या सर्वेक्षणानुसार देशात जवळपास ६८.४% दूध भेसळयुक्त आढळले. महाराष्ट्रात हे प्रमाण ६५% होते. मुंबई शहरातील भेसळीची आकडेवारी जवळपास ४५% असल्याचे सांगण्यात आले. याच दुधापासून मिठाई बनवण्यात येते. शिवाय, मिठाई तयार करतानाही भेसळ केली जाते. पदार्थ तयार करण्यापूर्वी कच्च्या मालातील भेसळ तपासावी, त्यामुळे घरच्याघरी गुणवत्तापूर्ण, भेसळमुक्त पदार्थ तयार करता येतात.

घरच्या घरी बनवा बर्फी

- कढईत दूध आटवून खवा तयार करून घ्यावा. खव्याच्या वजनानुसार २५-३०% साखर मिसळावी. साखर खव्यात एकजीव झाल्यानंतर गरम करणे थांबवावे.
- स्टेनलेस स्टीलच्या ताटाला तूप लावावे. मिश्रण ताटात पसरवून थंड होण्यास ठेवावे.
- बाजारात विकत मिळणारा चांदीचा वर्ख, काजू, बदाम, पिस्त्याचे काप वरून लावावेत, थंड झाल्यानंतर वड्या पाडाव्यात.
- खव्याच्या ६०% चणाडाळ, १० ते २०% साखर घेऊन एकत्र केल्यास उत्तम बर्फी तयार होते. संत्रा ज्यूसचा १०% वापर केल्यास संत्रा बर्फी तयार करता येईल.
- लहान मुलांसाठी चॉकलेट बर्फी तयार करताना एकूण खव्याच्या २% कोको पावडर खवा गरम करताना मिसळावी. साखरेचे प्रमाण २५ ते ३०% असावे, म्हणजे ५०० ग्रॅम खवा असल्यास १० ग्रॅम कोको पावडर आणि २५ टक्क्यांप्रमाणे १२५ ग्रॅम साखर घ्यावी.

नावीन्यपूर्ण बर्फीसाठी महत्त्वाचे...

- संशोधनानुसार ६% फॅट असलेल्या म्हशीच्या दुधापासून बनवलेल्या खव्यामध्ये बर्फी तयार करताना २५ ते ३०% साखर मिसळणे योग्य ठरेल; तर ४.५% फॅट असलेल्या गायीच्या दुधापासून बनवलेल्या खव्यामध्ये ३०-३५% साखर मिसळणे योग्य राहते.
- बोरापासून पल्प बनवून तो खव्याच्या

वजनानुसार २० टक्क्यांपर्यंत वापरल्यास वेगळ्या चवीची बर्फी मिळते.

- चिकूचा पल्प ५ ते ७% वापरल्यास चांगली बर्फी तयार करता येते.
- २०% वूड ॲप्पल पल्प आणि ४५% साखर वापरून वेगळ्या चवीची बर्फी मिळेल.
- ४०% पपईचा पल्प आणि ३०% साखर यांचा खव्यामध्ये वापर करता येईल. यामुळे आकर्षक रंगाची व उत्तम चवीची पपया पल्प बर्फी मिळेल.
- १५% मूगपिठाचा खव्यात वापर करून मूग बर्फी बनवता येते.
- १५% आंब्याचा पल्प किंवा १५ टक्क्यांपर्यंत मधाचादेखील वापर खव्यात बर्फीसाठी करता येईल.

गाईच्या आणि म्हशीच्या दुधापासून बनवलेल्या खव्यातील फरक

वैशिष्ट्य / गुणधर्म	गाईच्या दुधापासून बनवलेला खवा	म्हशीच्या दुधापासून बनवलेला खवा
रंग	फिक्कट पिवळा, थोडीशी तपकिरी छटा असलेला	पांढरट, फिक्कट, हिरवट पांढरा व थोडीशी तपकिरी छटा असलेला
पृष्ठभाग	ओला	थोडासा तेलकट
रचना	थोडा कठीण भाग	मृदू, मुलायम, दाणेदार
चव	किंचित खारट	किंचित गोड

दुग्धपदार्थातील भेसळ कशी ओळखावी?

- मोठ्या प्रमाणात खवा विकत घेताना खव्याचा आतील भाग तपासून पाहावा. फॅट नसलेल्या दुधापासून खवा बनवल्यास तो पृष्ठभागावर कोरडा जाणवतो.
- परीक्षानळीत थोडासा खवा घेऊन त्यामध्ये पाणी मिसळावे. हे मिश्रण गरम करून खोलीच्या तापमानास थंड करावे. यामध्ये १-२ थेंब आयोडीन सोल्यूशन मिसळावे. निळा रंग आल्यास खव्यात स्टार्चची भेसळ आहे, हे समजावे.
- खव्यामध्ये शकरकंद, शिंगाड्याचे पीठ, बटाटे, मैदा इत्यादी भेसळ म्हणून वापरतात. खव्याचे वजन वाढवण्यासाठी या भेसळीचा वापर होतो.
- थोडा खवा हातावर घेऊन रगडल्यास तुपासारखा चिकटपणा जाणवतो, याचा अर्थ खवा शुद्ध आहे हे कळते, शिवाय तुपाचा छान सुगंधही येतो.
- पाणी टाकून खवा फेटून घेतल्यावर कठीण असा आढळला तर भेसळीची शक्यता असते. जर खवा खूप ढिला पडला तर रिफाइंड ऑइलची भेसळ असल्याची शक्यता असते. लोण्यासारखा मुलायम जाणवल्यास खवा शुद्ध आहे असे समजावे.

- खव्यात थोडे सल्फ्युरिक ॲसिड, साखर टाकल्यानंतर निळा किंवा गुलाबी रंग आढळल्यास खव्यात वनस्पती तुपाची भेसळ असल्याची शक्यता असते.
- सर्वसाधारण तापमानाला खवा काही दिवसच टिकतो. पिंडी खवा सर्वसाधारण तापमानाला (३० अंश सेल्सिअस) चार ते पाच दिवस, तर दाणेदार धाप खवा तीन दिवसांपर्यंत टिकतो. खव्याच्या निर्मितीत हाताळणीदरम्यान स्वच्छतेकडे लक्ष द्यावे.
- पॉलिथिन बॅगमध्ये खवा पॅक केल्यास आणि ३७ सेल्सिअस तापमानाला तो साठवल्यास चार ते पाच दिवस चांगल्या स्थितीत राहतो. पॉलिथिन मध्येच ७ सेल्सिअस तापमानास २५ ते २५ दिवसांपर्यंत टिकू शकतो.
- तूप, कॉटेज चीज, कंडेन्स दूध (आटवलेले), खवा, दूधपावडर इत्यादीमध्ये 'कोलटार डाय' भेसळ केली जाते. भेसळ ओळखण्यासाठी परीक्षानळीत एक चमचा पदार्थाचा नमुना घेऊन त्यामध्ये ५ मिली सल्फ्युरिक ॲसिड किंवा हायड्रोक्लोरिक ॲसिड मिसळावे. मिश्रण एकजीव करावे. यानंतर गुलाबी रंग (जर डायलूट सल्फ्युरिक ॲसिड घेतल्यास) किंवा किरमिजी रंग (जर हायड्रोक्लोरिक ॲसिड घेतल्यास) आढळल्यास 'कोल (कोळसा) टार डाय'ची भेसळ आहे हे ओळखावे.
- आइस्क्रीमवर लिंबाचा रस टाकल्यानंतर फेस आढळल्यास सदर आइस्क्रीममध्ये वॉशिंग पावडरची भेसळ असण्याची शक्यता असते.
- तुपातील भेसळ ओळखण्यासाठी परीक्षानळीत ०.५ ग्रॅम तूप घेऊन त्यामध्ये १ मिली पाणी मिसळावे. यामध्ये एक थेंब आयोडीन किंवा टिंक्चर आयोडीन मिसळावे, निळा रंग स्टार्चची भेसळ दर्शवतो.

■

दुग्धप्रक्रिया उद्योगासाठी गुणवत्तापूर्ण यंत्रे

> दूधप्रक्रिया जास्त सुलभ होण्यासाठी, दुग्धपदार्थांच्या निर्मितीसाठी विविध प्रकारची आधुनिक यंत्रे उपलब्ध आहेत. ही यंत्रे पदार्थाची गुणवत्ता तर वाढवतातच; शिवाय पदार्थ कमी वेळेत तयार करतात. दुग्धपदार्थांची निर्मिती करताना गुणवत्तापूर्ण पदार्थांसाठी योग्य त्या ठिकाणी आधुनिक यंत्रांचा व उपकरणांचा वापर करावा लागतो. त्यासाठी बाजारात उपलब्ध असलेल्या यंत्रांची माहिती असणे आवश्यक आहे. जनावरांना खरारा करण्यासाठी ब्रश, माश्यांच्या नियंत्रणासाठी 'फ्लाय ट्रॅप', दुधावर प्रक्रिया करण्यासाठी व पदार्थाची गुणवत्ता तपासण्यासाठी विविध यंत्रे वापरणे फायदेशीर ठरते.

दूध गोळा करण्यासाठी सर्वसमावेशक युनिट

- दूध गोळा करून तपासणी करून (फॅट, एसएनएफ) शेतकऱ्यांना पैसे देणे व गोळा केलेले दूध पुढील प्रक्रियेसाठी पाठवणे अशा प्रकारचा व्यवसाय अनेक ठिकाणी केला जातो.
- या प्रकारच्या व्यवसायात दूध तपासणी, त्याचे वजन, एकूण पैसे, रोजचा हिशेब, शेतकऱ्यांना रोजची पावती इत्यादी अनेक कामांच्या नोंदी केल्या जातात. या कामांसाठी अनेक कंपन्यांनी अद्ययावत यंत्रणा बाजारात आणली आहे.
- या यंत्रणेत मुख्यत: मिल्क ॲनालायझर (दूध तपासणी यंत्र) जे दुधातील घटकांची तपासणी करते. यामुळे दुधातील फॅट, एसएनएफ त्वरित कळते. यात अल्ट्रासॉनिक स्टररही असते. तसेच, डाटा प्रोसेसिंग युनिटही असते. ज्यात फॅट, एसएनएफची नोंदणी (रेकॉर्डिंग) होऊन बिलिंगही होते. याव्यतिरिक्त दुधाचे एकूण वजन आणि इतर माहितीही भरता येते किंवा

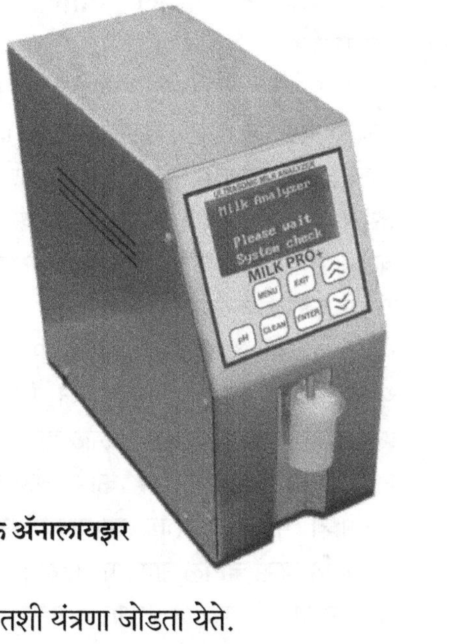

मिल्क ॲनालायझर

तशी यंत्रणा जोडता येते.

हेड कॅप, हँड ग्लोव्हज, प्लास्टिक ॲप्रन, बुटासाठी कव्हर, मास्क

- दुग्धपदार्थ-निर्मिती व्यवसायात काम करणाऱ्या

व्यक्तींनी वरील गोष्टी वापराव्यात. काही मोजक्या मिठाईच्या दुकानात मिठाई डब्यात भरून देणारा कामगारवर्ग डोक्यावर हेड कॅप आणि हातात प्लास्टिकचे हातमोजे वापरतो. त्यामुळे ग्राहकांच्या मनात मिठाई स्वच्छ असल्याबद्दलचे आशादायी चित्र निर्माण होते. पदार्थ तयार करतानादेखील याचा वापर केल्यास स्वच्छ दुग्धपदार्थ-निर्मितीत भर पडेल.

- आपल्या प्रक्रिया युनिटला भेट देणाऱ्या पाहुण्यांच्या चपलेतून, बुटांतून, बाहेरील जिवाणू प्रक्रिया विभागात येण्याचा संभव असतो. यासाठी त्यांना आत येताना बुटांसाठी कव्हर घालण्यास सांगता येईल. कॅप, मास्क आवश्यकता भासल्यास ॲप्रनही देता येईल. यामुळे प्रक्रिया विभागाची स्वच्छता नीटनेटकी राहील.

दुधातील घटकांचे प्रमाण आणि भेसळ तपासणारी यंत्रे

- दुधातील फॅट, प्रथिने, लॅक्टोज (साखर) इत्यादी घटकांचे प्रमाण काढताना प्रयोगशाळेत वेगवेगळ्या पद्धती अवलंबाव्या लागतात. तसेच वेळदेखील लागतो. परंतु काही कंपन्यांनी वरील सर्व घटक काही सेकंदांत ओळखणारी यंत्रे विकसित केली आहेत.
- या यंत्रामध्ये दुधातील घटकांव्यतिरिक्त मीठ, युरिया, सोडा, डिटर्जंट, हायड्रोजन पॅराक्साइड इत्यादींची भेसळदेखील ओळखता येते. शास्त्रज्ञांच्या अनुभवानुसार काही कंपन्यांच्या यंत्रांमध्ये भेसळीचा शोध घेण्याच्या मर्यादेचे प्रमाण तितकेसे चांगले नाही. परंतु, सर्वसाधारण वापरासाठी या मशीन उत्तम आहेत. अशा प्रकारची आकाराने छोटी यंत्रे अनेक कंपन्या बनवतात.
- कर्नाल (हरियाणा) येथील राष्ट्रीय डेअरी संशोधन संस्थेमध्ये दुधातील भेसळ ओळखण्यासाठी पेपर स्ट्रीप विकसित करण्यात आली आहे. या पेपर स्ट्रीपचा वापर युरिया, ग्लुकोज, हायड्रोजन पॅराक्सॉइड, सुक्रोजची भेसळ ओळखण्यासाठी करता येतो. सदर तंत्रज्ञान बाजारात उपलब्ध नाही. काही कंपन्यांनी हे तंत्रज्ञान विकतही घेतले आहे. येत्या काही कालावधीत बाजारात पेपर स्ट्रीप उपलब्ध होतील.

स्किड माउंटेड प्रोसेसिंग प्लँट

- कमी प्रमाणात दुधावर प्रक्रिया करण्यासाठी लहान क्षमतेचे प्लँट उपलब्ध आहेत. यामध्ये कमीत कमी १०० लीटर दुधावर प्रक्रिया करता येते.
- अशा लहान प्लँटमध्ये दूध पाश्चराइज होते (दूध गरम होऊन थंड होणे). यात दूधप्रक्रियेची क्षमताही वाढवता येते.

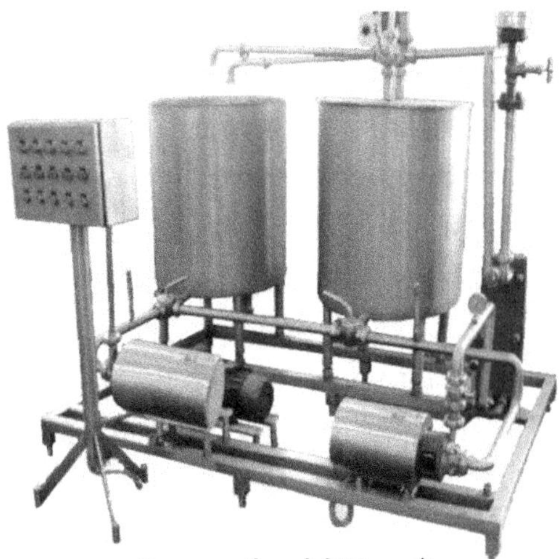

स्किड माउंटेड प्रोसेसिंग प्लँट

फ्लाय स्ट्रिप

- फ्लाय स्ट्रिप माश्यांच्या नियंत्रणासाठी वापरतात.
- गोठ्यामध्ये किंवा ज्या ठिकाणी दुग्धपदार्थांची निर्मिती केली जाते अशा ठिकाणी लांब दोरीसारख्या पट्ट्या फ्लाय स्ट्रिप म्हणून वापरतात. या पट्ट्या चिकट असतात. या पट्ट्यांवर विशिष्ट प्रकारच्या रसायनाचे आवरण

असते. या पट्टीकडे माश्या आकर्षित होऊन त्या चिकटून बसतात.

मोझारेला चीज बनवण्यासाठी छोटा प्लँट

- कमी दुधापासून (१५ ते २० लीटर) मोझारेला चीज बनवण्यासाठी प्लँट / यंत्रेही बाजारात उपलब्ध आहेत.
- इटालियन तंत्रज्ञानावर आधारित यंत्र कमी प्रमाणात मोझारेला चीज बनवण्यासाठी उपयुक्त आहे.

होमोजिनायझर

- दुधातील फॅटचा आकार २ ते ५ मायक्रॉन असतो. फॅटचा आकार २ मायक्रॉनपेक्षा कमी करणे म्हणजे दूध होमोजिनाइझ करणे होय. यामुळे दुग्धपदार्थांच्या चवीत, अंगबांधणीत फरक पडतो व एकूणच गुणवत्ता वाढण्यास मदत होते.
- लहान क्षमतेचे म्हणजे २० ते ५० लीटर क्षमतेचे होमिजिनायझर उपलब्ध आहेत.

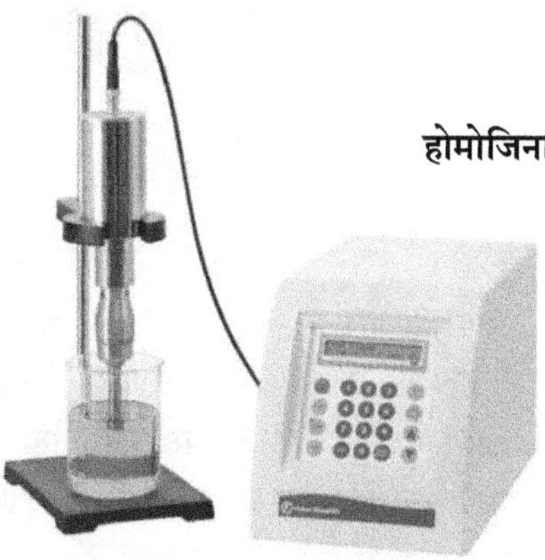

होमोजिनायझर

माश्यांच्या नियंत्रणासाठी फ्लाय स्ट्रिंग

- चौकोनी जाळीमध्ये बसवलेले दोन निळ्या ट्यूब लाइटसारखे 'फ्लाय स्ट्रिंग' अथवा 'फ्लाय ट्रॅप' हे माश्यांच्या नियंत्रणासाठी उपयुक्त ठरते.
- गोठ्यात व दुग्धपदार्थ-निर्मिती प्लँटमध्ये माश्यांचा वावर असतोच. माश्यांद्वारे आजार पसरवणाऱ्या जिवाणूंचा प्रसार होतो.
- फ्लाय स्ट्रिंगमधील निळ्या रंगाच्या प्रकाशामुळे माश्या आकर्षित होतात. आतील विद्युत प्रवाहामुळे करंट लागून त्या मरतात आणि खालील ट्रेमध्ये पडतात.

फ्लाय स्ट्रिंग

बटर चर्नर

- बटर तयार करताना क्रीम (साय) विशिष्ट तापमानाला ढवळणे आवश्यक असते. त्यामुळे दुधातील फॅट ग्लोब्यूल्स एकमेकांना चिकटून मोठे होतात यासाठी चर्नर आवश्यक असतो.
- यासाठी काचेच्या बरणीसारखा चार लीटर क्षमतेचा हाताने फिरवता येणारा चर्नर उपलब्ध आहे. ९० ते १००० लीटर क्षमतेपर्यंत इलेक्ट्रॉनिक चर्नरही उपलब्ध आहेत.

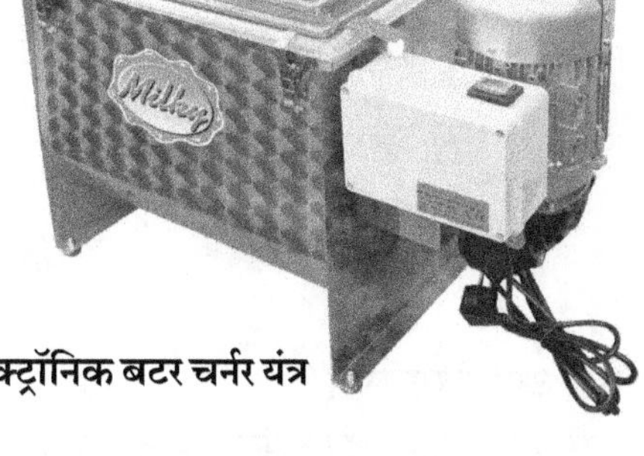

इलेक्ट्रॉनिक बटर चर्नर यंत्र

क्रीम सेपरेटर (दुधापासून साय काढण्याचे यंत्र)

- तूप बनवण्यासाठी दुधातील साय काढण्यासाठी लहान क्षमतेचे क्रीम सेपरेटर उपलब्ध आहेत.

यामुळे दुधातील जास्तीत जास्त साय मिळते.

- आवश्यकतेनुसार मोठ्या क्षमतेचे क्रीम सेपरेटरही बाजारात उपलब्ध आहेत.

क्रीम सेपरेटर

कॅन ट्रॉली

- कॅन वाहून नेण्यासाठी छोटी ट्रॉली खूप फायदेशीर ठरते.
- २०० ते ५०० लीटर दूध प्रक्रियेसाठी वापरले जाते अशा ठिकाणी कॅनमधील दूधप्रक्रियेच्या ठिकाणी नेण्यासाठी या लहान ट्रॉलीचा उपयोग होतो. या ट्रॉलीमुळे मोठे शारीरिक श्रम वाचतात.

कॅन ट्रॉली

नरसाळे आणि गाळणी

- दूध एका भांड्यातून दुसऱ्या भांड्यात ओतताना सांडण्याची शक्यता असते, त्यासाठी नरसाळे उपलब्ध आहेत. नरसाळ्यात जर छोट्या गाळणीचा वापर केला तर दोन उद्देश एका वेळेस साध्य होतात.
- दुधाचे सॅम्पल गोळा करण्यासाठी सॅम्पलरचा, दूध चांगले ढवळण्यासाठी प्लंजरचा वापर करता येतो.

दुग्धपदार्थांसाठी उपलब्ध मशिनरी

खवा तयार करण्याचे यंत्र

पनीर प्रेस यंत्र

- लहान स्वरूपातील व्यवसायासाठी अनेक दुग्धपदार्थांसाठी लहान स्वरूपातील मशिनरी उपलब्ध आहेत. उदाहरणार्थ, पनीर प्रेस, खवा-मशीन, क्रीम सेपरेशन, श्रीखंड मशीन, आइस्क्रीम पॉट. सदर मशिनरींचा वापर करावा.
- दूध प्रोसेसिंग प्लँटसाठी ५०० लीटर क्षमतेचेदेखील प्रोसेसिंग युनिट बाजारात आहेत.
- याव्यतिरिक्त मोठ्या स्वरूपात उत्पादनासाठी न्यूमॅटिक पनीर प्रेस, खवा-मशीन, आइस्क्रीम प्लँट, मोझारेला चीज प्लँट उपलब्ध आहेत.
- बटर बनवण्यासाठी बटर चर्नर, बटर वर्कर (लहान व मोठ्या स्वरूपात) उपलब्ध आहेत.

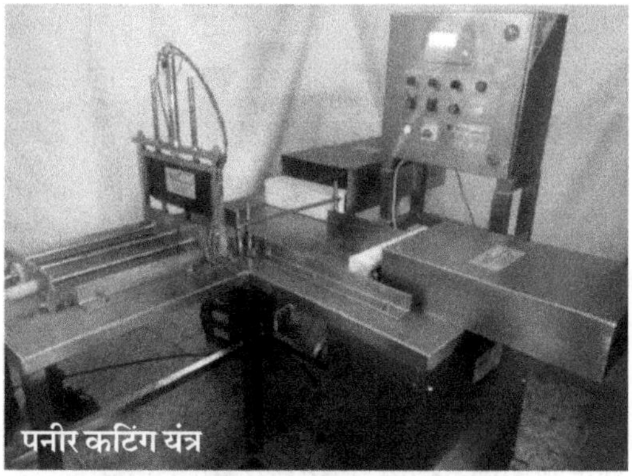

पनीर कटिंग यंत्र

लाकडी आइस्क्रीम पॉट

- कमी प्रमाणात आइस्क्रीम बनवण्यासाठी (२.५ लीटर ते ५ लीटर प्रति अर्धा तास) लहान क्षमतेचे लाकडी पॉट उपलब्ध आहेत.
- या लाकडी पॉटमध्ये स्टेनलेस स्टीलचा सिलिंडर असतो. यात आइस्क्रीमचे मिश्रण भरले जाते.
- सिलेंडर आणि लाकडी पॉट यांच्यामधल्या जागेत बर्फ आणि मीठ (जाड) टाकतात. यानंतर वरून झाकण लावून (आत स्क्रॅपर बसवून) हँडलने फिरवले जाते.

> बाजारपेठेचे सर्वेक्षण आणि मागणी यानुसार एक ते दोन पदार्थांच्या निर्मितीची निवड करावी. यामुळे प्रक्रिया यंत्रणेचादेखील योग्य प्रकारे वापर होतो. बाजारपेठेत सध्या सॉफ्टीनिर्मिती यंत्र, पेढानिर्मिती यंत्र, ऑटोमॅटिक सिंगल न्यूमॅटिक पनीर प्रेस अशी प्रक्रिया यंत्रे उपलब्ध आहेत.

दुग्धपदार्थ-निर्मिती करताना काही व्यावसायिक १० ते १५ दुग्धपदार्थ, तर काही दोन ते चार तर काही जण फक्त एक-दोन दुग्धपदार्थ तयार करतात. काही लाखांची गुंतवणूक करत असताना फक्त एक ते दोन दुग्धपदार्थ-निर्मितीवर भर दिल्यास उत्तम राहील. बाजारपेठेचे सर्वेक्षण आणि मागणी यानुसार एक ते दोन पदार्थांच्या निर्मितीची निवड करावी. यामुळे प्रक्रिया यंत्रणेचादेखील योग्य प्रकारे वापर होतो.

पेढानिर्मिती यंत्र

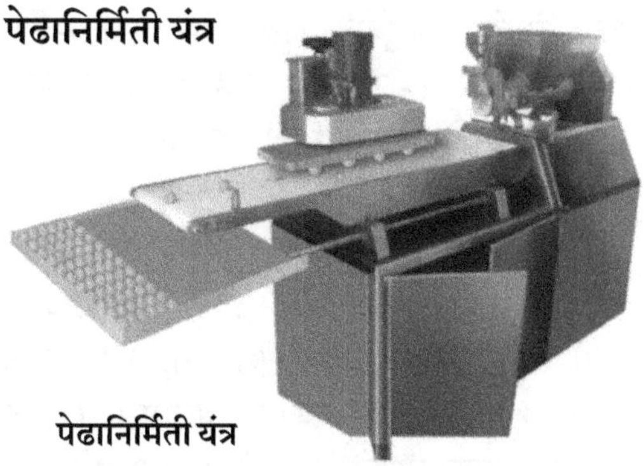

पेढानिर्मिती यंत्र

- बऱ्याच ठिकाणी पेढा हातानेच बनवला जातो. मोठ्या प्रमाणावर पेढा उत्पादनासाठी आपणास यंत्राचा वापर फायदेशीर ठरतो.
- यंत्राच्या एका चौकटीतून (वरून) साखरमिश्रित खव्याचा गोळा (कणकेसारखा) टाकतात. नंतर स्वयंचलित पद्धतीने छोटे कणकेसारखे गोळे तयार होऊन, रोलिंग पट्टीने पुढे सरकून गोलाकार आकार घेऊन बाहेर पडतात. यात विविध ग्रॅमचे आपणास हवे असलेले पेढे मिळू शकतात.
- एका तासात या यंत्रामधून ८० ते १०० किलो पेढे मिळू शकतात. पेढा करताना साखरेचे प्रमाण ३०% ठेवावे लागते.

ऑटोमॅटिक सिंगल न्यूमॅटिक पनीर प्रेस

- पनीर तयार करताना दूध साकळवल्यानंतर, साकळवलेला भाग प्रेसिंगसाठी ठेवला जातो. प्रेसिंगसाठी काही वेळ द्यावा लागतो.
- लहान प्रकारच्या प्रेसमध्ये साधारण अर्धा ते पाऊण तास एवढा वेळ लागतो. पनीरमधील आर्द्रतेचे प्रमाण योग्य राहून अंगबांधणी (body & texture) उत्तम गुणवत्तेची राहण्यासाठी प्रेसिंग महत्त्वाचे आहे.
- सिंगल न्यूमॅटिक प्रेसमध्ये प्रेसिंगसाठीचा दाब हा ऑटोमॅटिक पद्धतीने पडतो. यामध्ये

प्रेसिंगसाठीचा वेळ खूप कमी लागतो.

सॉफ्टीनिर्मिती यंत्र

सफेद रंगाचे, गुबगुबीत असे सॉफ्टी आइस्क्रीम निर्मिती करणारे यंत्र उपलब्ध आहे. विविध कंपन्या सॉफ्टी आइस्क्रीम निर्मितीसाठी वेगवेगळ्या घटकांचे पर्याय देतात.

दहा किलो सॉफ्टी आइस्क्रीमसाठी घटक : ७ किलो दूध, एक किलो क्रीम (७०% फॅट),) अर्धा किलो स्कीम मिल्क पावडर (SMP), १.५ किलो साखर (१५%), ०.३ टक्का स्टॅबिलायझर (वरील एकूण मिक्सच्या म्हणजेच १० किलोनुसार घेणे)

- सॉफ्टीसाठी ओव्हर रन हा ३० ते ३५%, तर आइस्क्रीमसाठी तो ७० ते ८०% असतो. वरील विविध घटकांचे बदलते प्रमाण, बनवण्याच्या पद्धतीतील विविधता यामुळे तो बदलू शकतो.
- मिक्सचे (विविध घटक एकत्र केल्यानंतर) प्रमाण एक किलो असल्यास शेवटी मिळणारे आइस्क्रीम किंवा सॉफ्टी १.५ किलो वजनाची झाली म्हणजे ओव्हर रन ५०% आला. प्रक्रियेदरम्यान मिक्समध्ये हवेचा अंतर्भाव होत असतो.
- सॉफ्टी तयार करताना विविध घटक प्रमाणानुसार घेऊन पाश्चराइझ करून ४ अंश सेल्सिअस तापमानापर्यंत थंड करून सॉफ्टी यंत्रामध्ये भरले जाते. येथे आइस्क्रीमसारखे एजिंग आणि शेवटी हार्डनिंग करत नाहीत.

ऑटोमॅटिक आइस्क्रीम प्लान्ट

साधारणपणे वीस ते बावीस लाखांत विविध कंपन्यांचे ऑटोमॅटिक आइस्क्रीम प्लान्ट उपलब्ध आहेत. आइस्क्रीमचे सूत्रीकरण (formulation)देखील या कंपन्या सांगतात. विविध प्रकारच्या आइस्क्रीमचे उत्पादन यात घेता येते.

छोट्या दुधाच्या रेफ्रिजरेटरयुक्त गाड्या

रिचार्ज करता येणारा रेफ्रिजरेटर छोट्या वाहनावर (व्हॅन) ठेवून दूध वाटपासाठी विविध ठिकाणी हे वाहन सहज पोहोचते. १००, २०० लीटर क्षमतेचे बल्क कूलरसारखे रेफ्रिजरेशन युनिट उपलब्ध आहेत. यात विशेष म्हणजे काही वाहनांच्या मशीनवर मशीन समोर कार्ड धरून दूध घेता येते. नेहमीच्या गिऱ्हाइकांना कार्ड देऊन कार्डमार्फत दूध घेता येण्याचीही सोय आहे. रेफ्रिजरेशनची सोय असल्यामुळे लांबच्या अंतरावरील विविध भागांत वेळेवर चांगल्या गुणवत्तेचे दूध ग्राहकांना मिळते.

छोट्या रेफ्रिजरेशन युनिटच्या सायकल्स

दूध आणि दुधाचे पदार्थ, विशेषत: आइस्क्रीम, कुल्फी, चोकोबार इत्यादी विकताना रेफ्रिजरेशन युनिट असल्यास, तेसुद्धा फिरत्या स्थितीत उपलब्ध असल्यास, अनेक ठिकाणी आपण माल विकू शकतो. सदर रेफ्रिजरेशन युनिट ८ ते १० तास चार्ज करून आपणास दिवसभर वापरता येतो. सायकलला मागे लोखंडी अँगल्सने जागा बनवून त्यावर रेफ्रिजरेशन युनिट ठेवले जाते. विविध क्षमतेचे युनिट उपलब्ध आहेत. सायकल चालवताना सावलीसाठी वर पडदीसारखा आकार दिलेला असतो. या सायकल युनिटवर आपली जाहिरात लावता येते. लहान व्यावसायिकांसाठी सदर युनिट अत्यंत उपयुक्त असून, किंमत अंदाजे ४० ते ५० हजारांपर्यंत असते.

रेफ्रिजरेशन युनिट सायकल

■

विभाग ३

पारंपरिक आणि नवनवीन दुग्धपदार्थ

दुग्धपदार्थांचे सहज, सोपे पर्याय

> महाराष्ट्राच्या ग्रामीण भागात हजारो बचत गट कार्यरत असले तरी त्यातील थोडेच बचत गट दुग्धपदार्थ-निर्मिती उद्योगात कार्यरत आहेत. काही ठिकाणी ग्रामीण भागात शहराच्या तुलनेत दुधाचे भाव कमी आहेत. अशा ठिकाणी दुग्धपदार्थ-निर्मितीला चालना देता येईल. कमी भावात दूध विकण्यापेक्षा दुग्धजन्य पदार्थ तयार करून चांगला नफा मिळवता येईल.

विविध प्रकारच्या प्रक्रिया-पदार्थांच्या निर्मितीत महाराष्ट्रातील बचत गट कार्यरत आहेत. अनेक ग्राहकांच्या मनात गावातील बचत गटांच्या उत्पादनाबाबत एक प्रकारची विश्वासार्हतादेखील आहे. गटातील १०-१५ सदस्यांनी स्वत:च्या घरचे १५-२० लीटर दूध जरी संकलित केले तरी रोज १५०-२०० लीटर दूध गटातूनच गोळा होईल.

- अंगभूत असलेले स्वयंपाकाचे गुण वापरून बचत गटातील महिलांना अनेकविध दुग्धपदार्थांना वेगळेपण देऊन गुणवत्ता राखता येईल. आज मोठ्या शहरातील मोठ्या मॉल्समध्ये बचत गटांचे पदार्थ दाखल झाले आहेत.
- पेढा, बर्फी, पनीर, श्रीखंड, बासुंदी इत्यादी नेहमीचे दुग्धपदार्थ तयार करता येतीलच; परंतु या विविध पदार्थांतदेखील शुद्धता, अस्सलपणा, कल्पकता आणि निर्मितिक्षमता जपल्यास त्यासंबंधीचा विश्वास, खातरी ग्राहकांना दिल्यास उत्पादनात, विक्रीत वाढ करता येईल. उदाहरणार्थ, अनेक कंपन्या श्रीखंड उत्पादन केल्यानंतर तयार श्रीखंड पॅकिंग करण्याअगोदर ६५ अंश से. तापमानास १० मिनिटे गरम करतात. यामुळे श्रीखंडातील जिवाणूंचे प्रमाण कमी होऊन श्रीखंड टिकवण्यास मदत होते. यामुळे मुख्यत: आंबवलेल्या दुग्धपदार्थांपासून मिळणाऱ्या चांगल्या जिवाणूंच्या शरीरास होणाऱ्या फायद्यास आपण मुकतो. असे प्रकार टाळून बचत गटांना थोड्या प्रमाणात का होईना, शुद्ध दुग्धपदार्थ देता येतील.
- खव्यातील भेसळ आणि निकृष्ट खव्याचा वापर यामुळे सणासाठी किंवा भेट म्हणून देण्यासाठी मिठाईचा वापर खूप कमी झाला आहे. याकडे संधी म्हणून पाहून विचार करता येईल.
- अनेक उत्पादक खवा-मशीनमध्ये बासुंदी बनवतात. अर्थात, खवा-मशीनमध्ये बासुंदी बनवताना अनेक फायदे आहेतच; परंतु पारंपरिक पद्धतीने दूध सतत कढईत हलवून तयार केलेल्या बासुंदीत आणि खवा-मशीनमध्ये तयार केलेल्या बासुंदीत फरक राहतोच. कढईत दूध सतत घोटून केलेल्या बासुंदीत लहान-लहान रव्यासारखे दुधाचे गोळे (मिल्क सॉलिड्स) जे कढईच्या वरच्या भागात किंवा कढईत दूध आटवताना खरवडले

जाऊन आटवलेल्या दुधात येतात, यामुळे तयार होणारी बासुंदी खाताना वेगळी जाणीव होते. हा सूक्ष्म फरक बासुंदीच्या गुणवत्तेसाठी खूप मोठा ठरतो. कारण खवा-मशीनमधील बासुंदीमध्ये एक प्रकारे आंब्याच्या रसाप्रमाणे एकजीवपणा जाणवतो. अर्थात कढईत आटवून बासुंदी तयार करताना लागणारा वेळ इत्यादी गोष्टी गुणवत्तेसाठी कराव्याच लागतील.

- बचत गटात अनेक जण सामील असल्यामुळे उत्पादनक्षमता चांगली असते. यासाठी मोठ्या समारंभाचे जेवणाचे कॉन्ट्रॅक्ट घेऊन जेवणात आवश्यक असणारे व्हे (निवळी) सूप, पनीर टिक्का / चिल्ली, अंगूर रबडी किंवा रसमलाई, गुलाबजाम, फालुदा, आइस्क्रीम, मसाला ताक, कोकम मसाला ताक असे समर्थ पर्याय निवडीसाठी ठेवता येतील. या पदार्थांतील आइस्क्रीम सोडल्यास इतर पदार्थांबाबत विशेष मशिनरींची गरज भासत नाही.
- व्हे सूपमधील प्रथिनांचे महत्त्व पटवून दिल्यास त्याचा जेवणाच्या मेनूत नक्कीच समावेश होईल.
- निवळी वाया न घालवता या निवळीपासून अनेक पौष्टिक पदार्थ बनवता येतात. निवळी मिळण्यासाठी मुख्य दुग्धपदार्थ बनवावा लागतो; परंतु काही छन्ना, पनीर बनवणाऱ्यांकडे निवळी अगदी नगण्य दरात उपलब्ध होऊ शकते. दूध फाडण्यासाठी सायट्रिक ॲसिड, लिंबू यांचा प्रमाणापेक्षा जास्त वापर केल्यास मिळणारी निवळी ही जास्त आम्लता असलेली मिळते. यासाठी एक लीटर दुधास दोन ग्रॅम सायट्रिक ॲसिड थोड्याशा कोमट पाण्यात विरघळवून गरम दुधात मिसळावे. म्हणजे मिळणाऱ्या पदार्थ व उपपदार्थ यांची आम्लता प्रमाणापेक्षा जास्त राहणार नाही.

अंगूर रबडी

- हा पदार्थ तयार करण्याअगोदर बासुंदी बनवून घ्यावी. एक लीटर दूध ३५ ते ४० टक्क्यांपर्यंत आटवावे. म्हणजे १००० मिली दूध आटवून ३५० ते ४०० मिली व्हायला हवे. शक्यतो ३८० ते ३९० मिलीपर्यंत असल्यास उत्तम त्यात १५% साखर मिसळावी. किंचित पिवळसर रंग मिसळावा.
- यानंतर छन्ना तयार करून घ्यावा. एक लीटर दुधापासून साधारणपणे १७० ते १९० ग्रॅम छन्ना मिळतो.
- छन्ना चांगला मळून घेऊन २ ते ३ ग्रॅमचे लहान-लहान गोळे बनवावेत.
- हे गोळे ५०% साखरेच्या उकळत्या पाकात (१ लीटर पाण्यात ५०० ग्रॅम साखर) सोडावेत.
- भांड्यावर झाकण ठेवून १० ते १५ मिनिटे उकळावेत. उकळणे बंद करून दोन ते तीन तास गोळे पाकातच मुरू द्यावेत. नंतर नुसते गोळे काढून तयार केलेल्या बासुंदीत टाकावेत.

रसमलाई

- बासुंदीत गोलाकार, चप्पट प्रकारचा रसगुल्ला टाकून रसमलाई तयार करतात.
- एका लीटर गायीच्या दुधापासून छन्ना तयार केल्यास चप्पट गोलाकार आकाराचे १५ ते १८ पॅट तयार करता येतील.
- प्रत्येक गोलाकार पॅट हा १० ते १२ ग्रॅमचा असायला हवा.
- या गोलाकार पॅटचा व्यास हा २.५ ते ३ सेंमी असावा.
- हे पॅट तयार झाल्यानंतर ५० ते ६०% पाकात १५ मिनिटे उकळून घेऊन काही तास मुरवत ठेवावेत.
- त्यानंतर ते पॅट बासुंदीत बुडवावेत.
- १ किलो अंगूर रबडीसाठी किंवा रसमलाईसाठी ३ ते ३.५ लीटर गायीचे दूध आवश्यक आहे.

अंगूर रबडी आणि रसमलाई या दोन्ही पदार्थांत वेगळेपणा तसा काहीच नाही. परंतु, थोडा बदल हा ग्राहकांना रुचतो. सभासमारंभात, लग्नकार्यात या दोन्ही पदार्थांना 'स्वीट डिश' म्हणून मागणी असते. प्रक्रियेदरम्यान स्वच्छता काटेकोरपणे पाळल्यास, स्वच्छ आणि निर्भेळ दुधाचा वापर केल्यास हे दोन्ही पदार्थ रेफ्रिजरेशन तापमानास (५-७ अंश सें.) पाच ते सात दिवस टिकतात. तसेच, दोन्ही पदार्थांना गायीचे दूध वापरतात. त्यामुळे उत्पादनाची किंमत नियंत्रित राहील.

■

नावीन्यपूर्ण संक्रांत पेढा, कर्ड राइस

> बचत गटांसाठी व्यवसायाच्या दृष्टीने हमखास यशस्वी ठरू शकेल असा पदार्थ म्हणजे 'कर्ड राइस' (दहीभात). मोठ्या शहरांतील नोकरी-व्यवसायात व्यस्त असणारे लोक ऐन वेळचे खाद्य म्हणून तळलेले व मैदायुक्त पदार्थ खाण्यास नापसंती दर्शवतात. त्यांच्याकडून जेवणाला पोषक पर्याय म्हणून कर्ड राइस स्वीकारला जाऊ शकतो. तसेच, संक्रांतीच्या काळात संक्रांत पेढा हा एक नावीन्यपूर्ण पदार्थ बनवून विक्रीतून सातत्य जपता येईल.

आपल्या देशात सतत सण, उत्सव साजरे होत असतात, त्यामुळे वर्षभर दुग्धपदार्थांसाठी मार्केट आपणासच शोधून तयार करावे लागेल. हीच एक संधी मानून यासाठी आपण विचार करून त्या-त्या सणासंबंधीचे महत्त्व ओळखून, परंपरा आणि पोषण यांचा विचार करून ग्राहकांना पर्याय म्हणून काही दुग्धपदार्थ देता येतील का, हे पाहावे.

दही

- दही हा उपवासाच्या वेळी, जवळपास वर्षभर मागणी असणारा दुग्धपदार्थ आहे. संकष्टी, एकादशी विचारात घेऊन त्या-त्या तारखेस दही-विक्रीचे नियोजन करता येईल.
- वर्षभर विक्री होत राहण्यासाठी दह्यापासून बनवल्या जाणाऱ्या अनेक दुग्धपदार्थांची ग्राहकांना ओळख करून द्यावी लागेल. त्यामुळे हळूहळू का होईना दह्याच्या विक्रीत थोडी वृद्धी होत राहील.
- दह्यापासून दही वडा, लस्सी, ताक, मठ्ठा, श्रीखंड, रायता, कर्ड राइस, कढी, बटर असे विविध पदार्थ बनवून विक्री वाढवता येईल.

कर्ड राइस

दक्षिण भारतात प्रचलित असलेला कर्ड राइस हा पदार्थ पॉलिप्रोपॅलीन (पीपी) किंवा पीव्हीसीच्या प्लास्टिकच्या डब्यात पॅक करून (२००, २५०, ४०० ग्रॅम) ग्राहकांना कुठेही नेण्यास -खाण्यास सोपा होईल. राष्ट्रीय डेअरी अनुसंधान संस्थेच्या बंगळुरूच्या उपविभागात हा पदार्थ बनवण्याची पद्धतही विशद केली आहे. कर्ड राइसमध्ये भात, दूध, मीठ, हिरवी मिरची, कढीपत्ता, आले यांचा प्रामुख्याने उपयोग करतात.

संक्रांत पेढा

संक्रांतीसाठी तिळगूळ, तिळाचे लाडू देण्याची पद्धत आहे; परंतु थोडे वेगळेपण म्हणून संक्रांतीस 'संक्रांत पेढा' देता येईल. नेहमीचा पेढा देणे हे आर्थिकदृष्ट्या परवडणारे नाही. यासाठी ३ ते ५ ग्रॅमचे गोलाकार छोटे पेढे बनवून त्यात मध्यभागी थोडा खोलगट भाग करून तिथे संक्रांतीचे महत्त्व असणारा तीळ ठेवून हा पदार्थ 'संक्रांत पेढा' म्हणून देता येईल.

दोनशे ग्रॅमच्या पाकिटात किंवा मिठाईच्या

कर्ड राइस

कर्ड राइसमधील घटकांचे प्रमाण

आर्द्रता : ८४.९६%, प्रथिने : १.९०%, फॅट : २.१९%, ॲश (राख) : १.०३%, पिष्टमय पदार्थ : ९.९२%, एकूण घनता : १२.४%, आम्लता : ०.४८ - ०.५४%, वॉटर ॲक्टिविटी : ०.९९४%

१०० किलो कर्ड राइससाठी लागणारे साहित्य

भात ९.३०% , पाणी ४९% , दूध ४०%, मीठ १ टक्का, हिरवी मिरची ०.३०%, कढीपत्ता ०.३०%, आले ०.१२%.

वरील साहित्याव्यतिरिक्त काकडीचे तुकडे, डाळिंबाचे दाणे, द्राक्षे इत्यादींचाही वापर करता येतो. दक्षिण भारतात बाजारात मिळणारा कर्ड राइस चवीला किंचित खारट, कमी ते जास्त आंबट असतो.

कृती

- दहीभात बनवण्यासाठी एक भाग तांदूळ आणि पाच भाग पाणी घेऊन कुकरमध्ये भात तयार करावा.
- याबरोबर वेगळ्या भांड्यात दूध घेऊन ५ मिनिटे उकळून ३० ते ३५ अंश सेल्सिअस तापमानापर्यंत थंड करावे.
- तयार झालेला भातही ३० ते ३५ अंश सेल्सिअस तापमानापर्यंत थंड करून घ्यावा.
- भात दुधात एकत्रित करून त्यात १ टक्का विरजण मिसळावे. विरजण लावलेला दहीभात ३० ते ३७ अंश सेल्सिअस तापमानाला १४ ते १६ तास ठेवावा.
- दुधात भात आणि विरजण एकत्र करतेवेळेसच तो प्लास्टिक डब्यात पॅक करूनच ३० ते ३७ अंश सेल्सिअस तापमानाला १४ ते १६ तास ठेवल्यास डब्यातच दहीभात तयार होईल.
- पृष्ठभागावर कोथिंबीर, डाळिंबाचे दाणे अथवा गुलकंद टाकून सजावट करता येईल.
- थोडीशी काळी मिरी, कढीपत्त्याला वेगळी फोडणी देऊन शेवटी भातावर टाकल्यास चवीत आणि स्वादात नक्कीच फरक पडेल.
- वेगळेपण आणण्यासाठी पॉलिश न केलेला भात वापरल्यास त्यातून तंतुमय पदार्थ (फायबर्स) मिळतील. यामुळे पदार्थाचे मूल्यवर्धनही होईल.

डब्यात अगदी ५०-६० च्या संख्येने छोटे ‘संक्रांत पेढे’ मावतात. यामुळे हा पदार्थ देण्यासही सोपा आणि आर्थिकदृष्ट्या परवडणाराही ठरेल. नावीन्यपूर्ण असल्याने ग्राहकही तो खरेदी करतील.

संक्रांत पेढा

पेढ्यातील विविध घटकांचे प्रमाण

आर्द्रता : १४.३६%, फॅट : १९.३१%, प्रथिने : १५.३४%, लॅक्टोज (दुग्धशर्करा) : १५.२५%, अॅश : २.४७%, सुक्रोज : ३३.२७%

कृती

- दूध आटवून खवा तयार करावा.
- कढईत खवा घेऊन थोडा गरम करून त्यात २५ ते ३०% साखर मिसळावी. मिश्रण चांगले एकजीव करून घ्यावे.
- साखरमिश्रित खव्याचा गोळा बाहेर काढून त्याचे तीन ते चार अथवा चार ते पाच ग्रॅमचे गोळे बनवून घ्यावेत.
- गोळ्यावर हलकासा दाब देऊन तीळ ठेवावा.
- असे तयार केलेले पेढे पॅक करावेत.
- संक्रांत पेढा सर्वसाधारण तापमानास पाच-सहा दिवस सहज टिकतो. हा पदार्थ आपल्या परिसरात रुजवून संक्रांतीदरम्यान त्याची बऱ्यापैकी विक्री करता येईल.
- तिळाचे दाणे वाढवल्यास सदर दुग्धपदार्थ खाताना पेढ्यातील गोड चवीबरोबर तिळातील तेल एकत्रित होऊन कदाचित थोडीशी तुरट व किंचितशी कडू चव जाणवते. यासाठी तिळाचा एकच दाणा वापरावा.
- खव्यात साखर एकजीव करताना खव्याच्या वजनानुसार २% कोको पावडर वापरली तर चॉकलेटी पेढा तयार होईल. तसेच, छान चॉकलेटी रंगदेखील येतो. त्यावर पांढऱ्या रंगाचा तीळही उठून दिसतो.
- संक्रांत पेढा पॅक करण्यासाठी मिठाईचे कार्डबोर्ड बॉक्स वापरता येतील. यात व्हेजिटेबल पाइचमेंट पेपर असल्यास उत्तम; परंतु सध्या बाजारात चौकोनी अंडाकृती पारदर्शक प्लास्टिकचे बॉक्स उपलब्ध आहेत. त्यात पॅकिंग केल्यास पदार्थ उठून दिसेल.
- कर्ड राइसमधील आणि पेढ्यातील घटकांचे प्रमाण दुधातील घटकांनुसार थोडे बदलू शकेल.
- अन्नसुरक्षा (FSSAI) कायद्यानुसार दुग्धपदार्थ पॅकिंग केल्यानंतर उत्पादकास पदार्थातील घटकांचे प्रमाण द्यावे लागते. यासाठी विविध घटकांचे प्रमाण महत्त्वाचे ठरते.

■

बेबी चेरी रसगुल्ला, फालुदा

> बाजारात आलेल्या काही पदार्थांमुळे पारंपरिक दुग्धपदार्थ आपली ओळख हरवून बसले आहेत. खरे तर आजही पारंपरिक दुग्धपदार्थ ग्राहकांना हवे आहेत; परंतु ब्रँडेड जगात त्याचे मोल हवेहवेसे असूनही कमी आहे. अशा जुन्या दुग्धपदार्थांना ग्राहकांकडून चांगली मागणी आहेच. फक्त गरज आहे ती सदर दुग्धपदार्थ त्यांच्यापर्यंत पोहोचवण्याची...

महाराष्ट्रातील काही ठिकाणी मुस्लीम समाजातील यात्रेत हजारो लीटर दूध फालुद्यासाठी वापरले जाते. तसेच, अनेक ठिकाणी वर्षभर फक्त फालुदा विकणारी दुकाने आहेत. शेकडो वर्षांची परंपरा असलेला हा पदार्थ सध्या मात्र ओळख हरवत चालला आहे. तसेच, रसगुल्ल्याचाच एक प्रकार परंतु त्याच्या लहान आकारामुळे 'बेबी चेरी रसगुल्ला' हाही एक नावीन्यपूर्ण पदार्थ आहे. खास लहान मुलांसाठी तयार केल्यामुळे त्यास बेबी चेरी रसगुल्ला असे म्हणतात. अनेकदा लहान मुले दूध पिण्यास नकार देतात. अशा वेळेस आकाराने लहान आणि आकर्षक रंगांनी तयार केलेला बेबी चेरी रसगुल्ला चांगला पर्याय ठरेल.

दुधाच्या पावडरीपासून रसगुल्ला

- दुधाची उपलब्धता आणि छन्न्याची टिकवणक्षमता लक्षात घेता दुधाची पावडर वापरून रसगुल्ला तयार करता येईल का, यावर संशोधन झाले आहे.
- संशोधनाच्या निष्कर्षानुसार दूध पावडर घेऊन १७% घनतेपर्यंत पाण्यात एकत्र करणे, यानंतर तयार झालेले दूध ७० अंश सेल्सिअस तापमानाला गरम करून घ्यावे.
- दूध साकळण्यासाठी १ टक्का सायट्रिक ॲसिड किंवा लॅक्टिक ॲसिडचे द्रावण टाकावे (५.५ सामू). यानंतर निवळी काढताना विलंबित स्ट्रेनिंग करावे (१५ मिनिटे) मलमलच्या कापडातील साकळलेला भाग नळाखाली धरून थंड करून घ्यावा. (२५-३० अंश सेल्सिअस) यानंतर पाणी निघून जाण्यासाठी काही तास ठेवावे.
- छन्ना मळून लहान गोळे बनवून ५० ते ६०% साखरेच्या पाकात २० मिनिटे उकळल्यानंतर काढून ४०-५०% साखरेच्या पाकात (६० अंश सेल्सिअस) टाकावेत, नंतर पदार्थ थंड करून रेफ्रिजरेटरमध्ये ठेवावा.

■

बेबी चेरी रसगुल्ला

वेगवेगळे रंग वापरून तयार केलेल्या दुग्धपदार्थाबाबत मुलांना एक आकर्षण असते, त्यामुळे दुधातील सर्व पोषक तत्त्वे शरीरात जाण्यास मदत होते. या विशेष दुग्धपदार्थांसाठी गायीचे दूध वापरावे.

- ▶ गायीचे दूध ८५ ते ९० अंश सेल्सिअस तापमानास ५ ते १० मिनिटे गरम करून २ ग्रॅम सायट्रिक आम्ल प्रति लीटर दुधात टाकल्यास दूध फाटून आपणास साकळलेला भाग मिळेल.
- ▶ साकळलेला भाग आणि निवळीचे मिश्रण न हलवता तीन-चार मिनिटे तसेच ठेवावे. दूध साकळण्यास सुरुवात होतानाच ही प्रक्रिया सुरू करावी.
- ▶ मलमलच्या कापडातून मिश्रण गाळून घेतल्यास निवळी वेगळी होऊन कापडात छन्ना मिळेल.
- ▶ मलमलच्या कापडातून निवळी गाळून घेतल्यानंतर छन्ना लगेचच मळण्यास घ्यावा. आपण कणीक मळतो तसाच छन्ना मळून घ्यावा. थोडा उशीर झाल्यास तापमान खाली येऊन छन्ना नीट मळला जात नाही.
- ▶ छन्ना मळून झाल्यानंतर ३ ते ४ ग्रॅमचे लहान गोलाकार गोळे बनवावेत.
- ▶ गोलाकार गोळे ५०% साखरेच्या पाकात (१ लीटर पाण्यात ५०० ग्रॅम साखर) १०-१५ मिनिटे उकळून घ्यावेत.
- ▶ पाकात लहान गोळे उकळत असताना भांड्यावर झाकण ठेवावे.
- ▶ छन्ना मळताना आपणास हवे ते रंग टाकावेत. पावडर किंवा द्रव स्वरूपात रंग उपलब्ध असतात. रंग टाकून छन्ना मळून घ्यावा. रंग फिकट दिसल्यास आणखी काही थेंब किंवा थोडी पावडर टाकावी. शक्यतो गडद रंगाचा वापर करावा.
- ▶ पाकात उकळून झाल्यानंतर गोळे पाकात काही तास मुरू द्यावेत. चांगले मुरल्यानंतर पाकातून बाहेर काढून आवश्यकता भासल्यास हलकीशी पिठीसाखर, खोबऱ्याचा कीस टाकावा.
- ● रंगीबेरंगी लहान गोळे पॅक करावेत आणि रेफ्रिजरेटरमध्ये ठेवावेत.
- ● साखरेच्या पाकात सफेद रंगाचे गोळे ठेवावेत. रंगीत गोळे पाकात ठेवल्यास काही वेळेस रंग पाकात उतरण्याची शक्यता असते.
- ● मळताना गोळ्यांचे वजन ३-४ ग्रॅम ठेवल्यास लहान मुलांना ते खाण्यास सोयीचे पडते.

फालुदा

- सर्वसाधारणपणे फालुद्यामध्ये दूध, शेवया, सब्जाचे बी, गुलाबाचा रंग, सुगंध, आइस्क्रीम आणि कुल्फी यांचा वापर केला जातो.
- 'नाम मंगलक' हे थाई पेय फालुद्यासारखेच आहे.
- इराकमध्येही फालुदा खूपशा शेवया वापरून बनवतात.
- पश्चिम आशियात 'बबल टी' हा एक फालुद्यासारखाच पदार्थ आहे.
- फालुद्यात वापरले जाणारे सब्जा बी ज्याला 'टूकमारीया' असेही म्हणतात. याची खास अशी काही चव नसते; परंतु त्याचे फायदे अनेक आहेत. उष्ण वातावरणात पचनास सब्जाचे बी मदत करतात.
- सरबतामध्येही सब्जा बियांचा वापर करतात. मळमळ, उलटी नियंत्रणासाठी सब्जाचे बी उपयोगी आहे. सब्जा ॲसिड (बी) हे कफनाशक असून, अस्थमा, डोकेदुखीवरही उपयुक्त आहे.
- फालुद्यात वापरल्या जाणाऱ्या बारीक शेवया विविध पिठांच्या बनवलेल्या मिळतात. या शेवया प्रामुख्याने गहू, सोयाबीन यांच्या पिठापासून बनवल्या जातात.

फालुदा चांगला होण्यासाठी महत्त्वाचे...

- १०० ग्रॅम शेवया शिजवण्यासाठी अंदाजे ७०० मिली पाणी आवश्यक असते. शिजवण्याची वेळ अंदाजे ८ ते २० मिनिटे ठेवावी.
- शेवया थोड्या फुगून मऊ होईपर्यंत शिजवणे, यानंतर उरलेले अतिरिक्त पाणी काढून टाकावे.
- दहा ग्रॅम सब्जाचे बी २०० मिली पाण्यात अर्धा तास बुडवून ठेवावे. अर्ध्या तासाने बिया थोड्या फुगतात. अतिरिक्त पाणी काढून टाकून बिया आटवलेल्या दुधात टाकाव्यात.
- काजू, बदाम आणि पिस्ता या एकत्रित सुका मेव्याचे प्रमाण एकूण दुधाच्या दोन% घ्यावे म्हणजे एक लीटर दूध घेतले तर वीस ग्रॅम सुका मेवा घ्यावा. या २० ग्रॅमपैकी ७०% म्हणजेच १४ ग्रॅमचे लहान-लहान तुकडे करून फालुद्यात मिसळावेत, उरलेले ३०% म्हणजेच सात ग्रॅमचे बारीक सपाट चप्पट तुकडे सगळ्यात शेवटी वरून टाकावेत; जेणेकरून सुक्या मेव्याचे चप्पट तुकडे वर तरंगून पदार्थ छान दिसेल.
- अनेक प्रकारचे सुगंध, रंग फालुद्यात वापरता येतील; परंतु सामान्यतः गुलाबाचे सिरप वापरून तयार केलेला फालुदा अनेक ठिकाणी मिळतो. यासाठी एक टक्का गुलाबाचे सिरप वापरता येईल.
- गुलकंद आणि चेरी यांचे मिश्रण एकूण दुधाच्या एक टक्का किंवा अर्धा टक्का घेता येईल, तीन ते चार रंगांत गुलकंद उपलब्ध आहे.
- साखरेचे प्रमाण १०% म्हणजे एका लीटर दुधास १०० ग्रॅम एवढे घ्यावे.
- फालुद्यात आवश्यक असल्यास आपण एक स्कूप (छोटा गोळा) आइस्क्रीमचा किंवा कुल्फीचा वापर करू शकतो.
- शेवयांचे प्रमाण (कोरड्या) ३.५%, तर सब्जा बियांचे प्रमाण ०.६% ठेवल्यास फालुदा चव, रंग, गंध, घट्टपणा इत्यादी वैशिष्ट्यांनुसार उत्तम जमतो.
- वरीलप्रमाणे बनवलेल्या फालुद्यामध्ये विविध घटकांचे प्रमाण पुढीलप्रमाणे राहील :
  स्निग्धांश (फॅट) : ७.२७%, प्रथिने : ९.८४%, लॅक्टोज : १०.१२%, राख (ॲश) : १.२१%

फालुदा बनवण्याची कृती

सब्जा बी

↓

पाण्यात भिजवणे (३० मिनिटे)

↓

पाणी काढून टाकणे

↓

रेफ्रिजरेटरमध्ये ठेवणे

पाणी

↓

गरम करणे

↓

शेवया पाण्यात टाकणे

↓

उकळवून घेणे

↓

शेवया शिजवणे

दूध

↓

गरम करणे

↓

५० टक्क्यांपर्यंत आटवणे

↓

साखर टाकणे (१०%)

↓

शेवया टाकून मिश्रण एकत्र करणे ←

↓

सुका मेवा (बदाम, पिस्ता, काजू)
२% घेणे (७०%)

↓

→ सब्जा बी एकत्र करणे

↓

सुका मेव्याचे काप टाकणे
(उरलेले ३०%)

↓

चेरी, गुलकंद टाकणे

↓

थंड करणे (५-७ अंश सेल्सिअस)

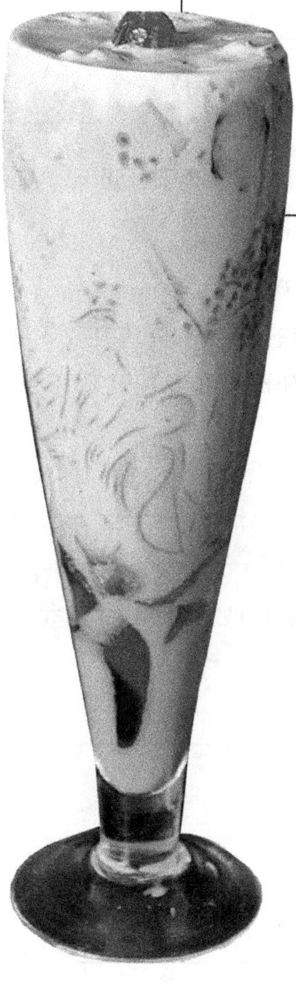

निवळीपासून तयार होणारे पदार्थ

व्हे प्रथिनांचा उपयोग हा फक्त शरीरसौष्ठवपटूंसाठी, खेळाडूंसाठी लाभदायक आहे, असा सर्वसाधारण समज आहे. परंतु, व्हे प्रथिने सर्व वयांच्या लोकांसाठी आरोग्यदायी आहे. दुधाच्या ८५% प्रमाणात व्हे मिळते आणि ५५% दुधातील पोषकत्व व्हेमध्ये येते. युरोपियन देशांतील बाजारपेठेत व्हेपासून तयार केलेले प्रकार उपलब्ध आहेत, असे पदार्थ भारतातही उपलब्ध होणे गरजेचे आहे.

परिपूर्ण प्रथिनांचा उत्तम स्त्रोत : निवळी

निवळी (व्हे) म्हणजे काय?

पनीर, छन्ना, चक्का, आणि चीज बनवताना निवळी (व्हे) हे उपउत्पादन मिळते. पनीर, छन्ना तयार करताना मिळणाऱ्या निवळीचे प्रमाण जास्त असते. एक लीटर दुधापासून पनीर, छन्ना बनवताना किमान ७५०-८०० मिली निवळी मिळते. या निवळीत थोडीच; परंतु उत्तम दर्जाची प्रथिने असतात.

निवळीतील प्रथिने (व्हे प्रथिने) हे दोन प्रकारच्या दूध प्रथिनांपैकी एक आहे. निवळी हे चीज, पनीर, छन्ना, चक्का तयार करताना उपउत्पादन म्हणून मिळते. निवळीतील प्रथिने हे एक ग्लोबुलर प्रोटीनचे संयोजन आहे, ज्याला निवळीपासून वेगळे करता येते. व्हे प्रथिने ही ॲमिनो ॲसिडचा खूप चांगला स्त्रोत आहेत. ज्यात स्निग्धांशांची (फॅटची) आणि कोलेस्टेरॉलची मात्रा कमी असते. सुरुवातीला व्हे प्रथिनांना एक प्रकारचे टाकाऊ उपउत्पादन मानले जायचे. परंतु, नंतर त्यातील पोषक गुणांचा शोध लागला, जो उत्तम प्रथिनांनी परिपूर्ण आहे.

शरीरासाठी पोषक व्हे प्रोटीन

- व्हे प्रथिनामध्ये महत्त्वाची अशी ल्युसिन आणि सिस्टिन या दोन प्रकारच्या ॲमिनो ॲसिडची शृंखला असते.
- सदर ॲसिड शरीरातील मांसपेशीच्या आणि प्रथिनांच्या संश्लेषणासाठी मदत करतात. ल्युसिन प्रोटीन संश्लेषण आणि मांसपेशींचा विकास करते. याकरिता व्हे प्रथिने खेळाडूंसाठी गरजेचे मानले जाते.

- व्हे पदार्थांचे जागतिक मार्केट २.३६ अब्ज/वर्षे एवढे आहे.
- दुधाच्या ८५ ते ९०% व्हे मिळते आणि ५५% दुधातील पोषकत्व व्हेमध्ये येते.
- लॅक्टोज आणि व्हे प्रोटीन कॉन्सन्ट्रेट (WPC) बनवण्यासाठी मुख्यत: व्हेचा उपयोग केला जातो.
- पेय प्रकारात 'व्हे'वर आधारित २१ प्रकार युरोपियन मार्केटमध्ये उपलब्ध आहेत.

- सिस्टिन हे शरीरात ग्लुटाथयोन बनवण्यासाठी उपयोगी आहे. ग्लुटाथयोन हे एक अँटिऑक्सिडंट आहे जे कॅन्सररोधी गुणांसाठी ओळखले जाते. ग्लुटाथयोनमुळे प्रतिकारशक्ती वाढते. व्हे प्रथिने मांसपेशींना खूप लवकर पोषण पुरवते म्हणून यास 'तेज' प्रोटीनही म्हणतात.
- व्हे प्रथिने वजन कमी करण्यासाठी, आरोग्य संतुलित ठेवण्यासाठी महत्त्वपूर्ण कार्य करते. हृदयाच्या चांगल्या आरोग्यासाठी, कॅन्सरच्या रुग्णांना पोषण देण्यासाठी, स्मरणशक्ती वाढवण्यासाठी, तसेच लहान बाळाच्या पोषणासाठी विशेष कार्य करते.

संतुलित वजनासाठी आवश्यक

व्हे प्रथिनांमध्ये खूप कमी फॅट व कोलेस्टेरॉल असते, म्हणून हे पूर्व-व्यायाम भोजन स्वरूपात घेतले जाते. संशोधनाने असे प्रमाणित झाले आहे की, व्हे प्रथिने शरीराची संरचना सुधारून शरीरातील फॅट कमी करण्यास प्रोत्साहन देते. यामुळे भूक कमी होऊन फॅट कमी होण्यास मदत होते.

हृदयाच्या चांगल्या आरोग्यासाठी

- दररोज आहारात व्हे प्रथिनांचा समावेश केल्यास हृदयविकाराची जोखीम कमी करता येते. व्हे प्रथिने ब्लडप्रेशर आणि शरीरातील कोलेस्टेरॉलचा स्तरदेखील नियंत्रित करते.
- टाइप-२ मधुमेह असलेल्या व्यक्तींच्या आहारात व्हे प्रथिनांचा समावेश करून रक्तातील साखरेचे प्रमाण नियंत्रित करता येते.

शिशू पोषण

व्हे प्रथिनांमध्ये आईच्या दुधातील काही घटक आढळून आले आहेत. त्यामुळे व्हे प्रथिने लहान मुलांसाठी पोषक आहेत. त्यांचा शिशू आहारात समावेश करता येतो. व्हे प्रथिने गर्भवती स्त्रियांसाठीही लाभदायी आहेत. कारण व्हे प्रथिने त्यांच्या शरीराच्या मागणीनुसार प्रथिने प्रदान करतात.

वाढ होण्यासाठी

- व्हे प्रथिन सारकोपीनिया या आजाराशी लढण्यासदेखील मदत करते. हा रोग वृद्धावस्था आणि त्याचबरोबर मांसपेशींच्या कमजोरीशी निगडित असतो.
- याव्यतिरिक्त व्हे प्रथिन जखम ठीक करणे, प्रतिरक्षाप्रणाली चांगली बनवण्यासाठी, खाद्याच्या ॲलर्जीशी लढण्यासाठी आणि शरीराच्या निर्विषिकरणात मदत करते.
- व्हे प्रथिनांच्या अनेकविध उपयोगामुळे त्यांचा आहारात समावेश करणे आवश्यक आहे. आजकाल व्हे प्रोटीन पेयांचा उपयोग जास्त करून वजन कमी करण्यासाठी प्रयोगात आणली जातात. व्हे प्रोटीन शेकचा आहारात समावेश करून वजन कमी करण्यास मदत होऊ शकते. व्हे प्रोटीन शेक हे पूर्ण प्रोटीन असून, ते फॅटरहित आहे, हे भूक नियंत्रित करून वजन कमी करण्याच्या प्रक्रियेत मदत करते.
- सदर प्रथिने (प्रोटीन) 'वजन कमी करण्यासाठीचे पेय' या रूपात वापरले जाऊ शकतात. सदर प्रथिने शरीरात या प्रथिनांना पचवण्यासाठी अधिक कार्य करवून घेते. ज्यामुळे जास्त कॅलरी (उष्मांक) खर्च होते आणि वजन कमी करण्याच्या प्रक्रियेस प्रोत्साहन मिळते.
- जेव्हा वजन कमी करण्याची प्रक्रिया सुरू असते, तेव्हा व्हे प्रथिनांचा उपयोग केल्यास शरीरातील पातळ मांसपेशी कायम राहतात. अन्यथा, शरीरात प्रथिने आणि ॲमिनो ॲसिड कमी असल्यामुळे शरीरातील मांसपेशींमधून प्रोटीन कमी होते आणि अशक्तपणा येतो.
- याव्यतिरिक्त शरीरात व्हे प्रथिनांमुळे वजन कमी होण्याचे कारण म्हणजे रक्तात शर्करा अवशोषण दर कमी होणे होय. इन्सुलिनचा स्तर कमी होतो, ज्यामुळे शरीरातील फॅट कमी होते.

- विशेष स्वास्थ्यासाठी किंवा व्हे प्रथिनांच्या वरील फायद्यासाठी बाजारात उपलब्ध असलेली व्हे प्रथिनांची विविध उत्पादने उपयोगात आणण्याअगोदर ती आपल्या फॅमिली डॉक्टरांकडून तपासून घ्यावीत.

शरीराच्या चांगल्या वाढीसाठी

- वजन कमी करण्यासाठी आहारात व्हे प्रोटीन शेक, व्हे प्रोटीन पेयाचा उपयोग करता येतो. व्हे प्रोटीन शेक हे पूर्ण प्रोटीनचा स्रोत असून, ते फॅटरहित आहे. हे भूक नियंत्रित करून वजन कमी करण्याच्या प्रक्रियेत मदत करते.
- व्हे प्रथिने शरीरात प्रथिनांना पचवण्यासाठी अधिक कार्य करवून घेते. ज्यामुळे जास्त कॅलरी खर्च होते आणि वजन कमी करण्याच्या प्रक्रियेस चालना मिळते.

वेगवेगळ्या निवळी (व्हे)मधील घटकांचे प्रमाण

घटक	छेडार चीज	छन्ना आणि पनीर	श्रीखंड निवळी
घनता (टीएस %)	६.७	६.४	६.९६
फॅट (%)	०.३	०.५	०.४३
प्रथिने (%)	०.९	०.४	०.३८
लॅक्टोज (%) (दुग्धशर्करा)	४.९	५.०	–
ॲश (%)	०.६	०.५	–
ॲसिडिटी (%) टीए	०.२	०.४	०.९४

विविध पदार्थांतील ॲमिनो ॲसिडचे प्रमाण

आवश्यक ॲमिनो ॲसिड	प्रथिनांचे प्रमाण (मिलीग्रॅम/ग्रॅम)					
	गहू	भात	सोयाबीन	अंडी	केसीन	व्हे प्रथिने
आयसोल्युसिन	१४	१५	२१	२८	४६	५५
ल्युसीन	२७	३२	३१	३४	९१	१११
लायसीन	११	१५	२६	२९	७७	८८
मिथिओनिन	६	१०	५	१४	२९	२५
फिनायलानीन	१८	१८	१९	२३	५१	३४
थ्रिओनिन	१२	१५	१६	२१	४३	७२
ट्रिप्टोफॅन	५	५	५	६	१२	३०
व्हॅलिन	१८	२५	२४	२९	५७	५२

विविध पदार्थांतून रोजच्या आहारात निवळीचा वापर

निवळीपासून अननस सुगंधाचे पेय, लिंबाचा रस वापरून बनवलेले पेय, निवळी कँडी, कोकम सिरपपासून निवळी पेय, छन्न्यापासून मिळालेल्या निवळीत आंब्याचा रस वापरून बनवलेले पेय, निवळीपासून कोल्ड कॉफी बनवता येते. यासोबतच सूपचे विविध प्रकार, निवळी आणि दूध वापरून केलेली कुल्फी, गवती चहा, पुदिना वापरून बनवलेले हर्बल निवळी पेय अशा अनेक सोप्या प्रकारे निवळीचा वापर रोजच्या आहारात करता येऊ शकेल.

निवळीपासूनचे हे सर्व पदार्थ बनवण्याच्या पद्धती सोप्या आहेत. हॉटेल्स, ढाबे, समारंभ अशा ठिकाणी विविध प्रकारांचा समावेश करून पौष्टिकता आणि वेगळेपणा जपता येईल.

- याव्यतिरिक्त एनडीआरआय, कर्नाल आणि इतर ठिकाणी फळांच्या रसाचा, सुगंधाचा वापर करून, कार्बोनेटेड व्हे पेय, अल्कोहोलिक व्हे पेय, व्हे दूध पेय, आंबवलेले व्हे पेय, आंबवलेले व्हे दूध पेय इत्यादी अनेक प्रकारचे संशोधित तंत्रज्ञान उपलब्ध आहे.
- पेरूची 'बनारसी सुर्ख' ही जात वापरून (१ : ३ या प्रमाणात) त्यात ८% साखरेचा समावेश केला असता, पेरूपासूनचे निवळी पेय उत्तम झाल्याचे आढळले.
- आंबा, अननस, लिंबू आणि केळ्याचा गर किंवा रसाचा (५ ते २०%) पनीर किंवा चीज निवळीत वापर करून (७३ ते ८७%) पेय तयार केल्याचे संदर्भ आहेत.
- चीजपासूनची निवळी आणि दूध वेगवेगळ्या प्रमाणात घेऊन त्यात चॉकलेट पावडर आणि साखर १.५% आणि ६% वापरूनही निवळी पेय तयार करता येईल.
- सूप बनवण्यासाठीसुद्धा पनीर-निवळीचा वापर करता येतो. यात टोमॅटो गर २५% वापरला जातो.
- चक्का-निवळीत १०% आंब्याचा रस आणि १४% साखर वापरून निवळीचे पेय बनवता येते.

पीईआर व्हॅल्यू (Protein Efficiency Ratio)

पीईआरचा उपयोग वाढ मोजण्याचे / मापण्याचे साधन म्हणून केला जातो. म्हणजे एखाद्या प्रौढाने १ ग्रॅम अन्नातील प्रथिनांतून मिळवलेले वजन होय.

बायोलॉजिकल व्हॅल्यू

एखाद्या पदार्थातून आपण जी काही प्रथिने मिळवतो त्यातील किती प्रोटीन नायट्रोजन शरीरात धरून ठेवले जाते, त्यास बायोलॉजिकल व्हॅल्यू असे म्हणतात.

वेगवेगळ्या प्रथिनांची पीईआर व्हॅल्यू

प्रथिनांचा स्त्रोत	पीईआर व्हॅल्यू
गहू	१.००
भात	१.२५
सोयाबीन	२.१२
केसीन	२.५०
व्हे प्रथिने	३.००

वेगवेगळ्या प्रथिनांच्या स्त्रोतातील बायोलॉजिकल व्हॅल्यू

व्हे प्रथिने	१०४
अंडी	१००
अंड्यातील सफेद (अल्ब्यूमीन)	८८
केसीन	७७
सोयाबीन	५९
गहू	५४

ॲसिडो व्हे

निवळी (पनीर, चीज किंवा छन्नापासून मिळालेली)

↓

क्रीम सेपरेटरमधून सेपरेशन करणे

↓

तापवणे (८५ ते ९० अंश सेल्सिअस)

↓

थंड करणे (४० अंश सेल्सिअस)

↓

लॅक्टोबॅसिल्स, ॲसिडोफिलस विरजण वापरणे

↓

३७ अंश सेल्सिअस / २० तास ठेवणे क्लॉरिफिकेशन

↓

साखर मिसळणे (१०%), सुगंध टाकणे

↓

थंड करणे / ४ अंश सेल्सिअस

NCDC-167 किंवा *L. acidophilus* हे किंवा असे अनेक प्रकारचे विरजण पावडर स्वरूपात NCDC (National Collection of Dairy Cultures), डेअरी मायक्रोबायोलॉजी विभाग, राष्ट्रीय डेअरी संशोधन संस्था, कर्नाल (हरियाणा) येथून ४००-५०० रुपयांत पोस्टाद्वारेसुद्धा प्राप्त करता येते.

मँगो निवळी ड्रिंक

निवळी

↓

क्रीम सेपरेटरमधून सेपरेशन करणे

↓

गरम करणे / ६० अंश सेल्सिअस

↓

आंब्याचा रस मिसळणे /१५%

↓

१५ अंश सेल्सिअस तापमानास CMC (०.५%) मिसळणे.

↓

पाश्चराइझेशन करणे. (९० अंश सेल्सिअस / ५ मिनिटे)

↓

०.०५% सुगंध मिसळणे

↓

थंड करणे / ४ अंश सेल्सिअस

- निवळी अगोदर क्रीम सेपरेटरमधून काढून घेणे. यामुळे फॅट निघून जातील.
- CMC हे स्टॅबिलायझर आणि साखर एकत्र करून मिसळावे.
- CMCचा वापर निवळीतील प्रथिने धरून ठेवण्यासाठी केला जातो.

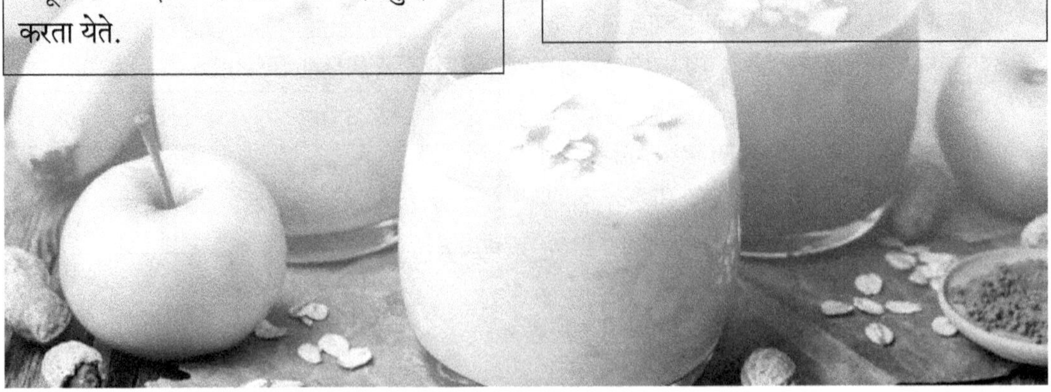

निवळी जलजिरा

निवळी
↓
क्रीम सेपरेटरमधून सेपरेशन करणे
↓
गरम करणे /६० अंश सेल्सिअस
↓
जलजिरा पावडर मिसळणे / १%
↓
CMC ०.१ % मिसळणे
↓
१०% साखर मिसळणे
↓
सामू ३.८ येईपर्यंत सायट्रिक ॲसिड मिसळणे
↓
गरम करणे / ९० अंश सेल्सिअस / ३ मिनिटे
↓
थंड करणे / ४ अंश सेल्सिअस

- निवळी अगोदर क्रीम सेपरेटरमधून काढून घ्यावी.
- CMC स्टॅबिलायझर आणि साखर एकत्र करून मिसळावे.
- पेयाचा सामू ३.८ येण्यासाठी सायट्रिक ॲसिड मिसळावे. साधारणपणे ५ लीटर निवळीसाठी ५ ग्रॅम सायट्रिक ॲसिड आवश्यक असते.

निवळीपासून स्पोर्ट ड्रिंक

पनीर निवळी
↓
क्रीम सेपरेटरमधून सेपरेशन करणे
↓
गरम करणे / ६० अंश सेल्सिअस
↓
साखर मिसळणे / ५%
↓
डेक्स्ट्रोज / ग्लुकोज ५% मिसळणे
↓
०.१% मीठ मिसळणे
↓
ट्रायसोडिअम सिट्रेट ०.१% मिसळणे
↓
लिंबाचा रस २.५ किंवा २% मिसळावा
↓
सामू ३.९ पर्यंत आणण्यासाठी सायट्रिक ॲसिड मिसळावे (५ ग्रॅम/५ लीटर)
↓
गरम करणे / ९० अंश सेल्सिअस
↓
२-३ मिनिटे सदर तापमानास धरून ठेवणे.
थंड करणे.

- स्पोर्ट ड्रिंकसाठी सामू ४.२ वरून ३.९पर्यंत आणावा.
- लेमन, जलजिरा निवळी पेयासाठी सामू ३.८ ते ३.९ असावा.
- आंबा पेयासाठी सामू ४.२ ते ४.५ असावा.
- पेयाचा सामू मोजण्यासाठी बाजारात अनेक प्रकारचे डिजिटल pH मीटर ५००-७०० रुपयांत मिळतात. त्याचा वापर करता येईल.

चीज निवळीपासून लस्सीसारखे पेय

म्हशीचे दूध

चीज ↓

निवळी
↓
पेक्टिन, सीएमसी (Carboxy methyle Cellulose) मिसळणे
↓
NCDC १६७ हे विरजण वापरणे
↓
३० अंश सेल्सिअस / १२ तास ठेवणे
↓
साखर १५% + सुगंध मिसळणे
↓
UHT प्रक्रिया करणे

चॉकलेट स्ट्रॉबेरी व्हे प्रोटीन पेय

२ चमचे चॉकलेट व्हे प्रथिने पावडर, बर्फाचे तुकडे, ८-१० स्ट्रॉबेरी, अर्धा ते पाऊण कप पाणी. सर्व साहित्य एकत्र करून मिक्सरमधून घट्ट होईपर्यंत फिरवून घ्यावे.

व्हे प्रोटीन पेय

- २ चमचे शर्करारहित व्हे पावडर, अर्धा कप फॅटरहित दूध, बर्फाचे तुकडे, १ चमचा मध किंवा कृत्रिम साखर, व्हॅनिला अर्क
- व्हे पावडर ब्लेंडरमधून चांगली मिसळून घ्यावी. नंतर उरलेले सर्व साहित्य मिसळून पुन्हा मिश्रण चांगले एकजीव करावे.

निवळी (व्हे) सूप

साहित्य : एक लीटर सूपसाठी ७०० मिली निवळी, २५० मिली टोमॅटोचा गर, मैदा १२ ग्रॅम, लसूण पेस्ट २.४ ग्रॅम, मीठ ८ ग्रॅम, कांदा पेस्ट १२ ग्रॅम, तूप १२ ग्रॅम.

- पिकलेल्या टोमॅटोचे तुकडे करून वाफवून गर तयार करावा. गर चांगला एकजीव करून गाळून घ्यावा.
- निवळीमध्ये टोमॅटोचा गर मिसळून घ्यावा.
- कांदा-लसूण-आले पेस्ट, मैदा ही सामग्री तुपात गरम करून निवळी टोमॅटोच्या मिश्रणात मिसळावे. मिश्रण उकळून घ्यावे.
- शेवटी मीठ घालून मिश्रण सूपसारखे थोडे घट्ट होईपर्यंत उकळावे.
- तयार सूपमध्ये आपण ब्रेडच्या चकत्या शेकून घेऊन टाकू शकतो.
- या सूपमध्ये भाज्यांचे बारीक तुकडे करूनही टाकता येतील.

मस्तानी

महाराष्ट्रातील काही शहरांत आज एकाच दुग्धपदार्थांची खास अशी हॉटेल्स, दुकाने आहेत तिथे सदर एखादा दुग्धपदार्थ उत्तम गुणवत्तेचा मिळतो. अनेक प्रकारचा फालुदा, कुल्फी, आइस्क्रीम, फक्त लस्सी इत्यादी दुग्धपदार्थांची प्रसिद्ध हॉटेल, दुकाने आपले लक्ष वेधून घेतात. या सर्व दुग्धपदार्थांत अनेक वर्षांपासून भर आहे ती 'मस्तानी' या दुग्धपदार्थाची.

काही हॉटेलवजा दुकानात मस्तानीचे अनेक प्रकार उपलब्ध आहेत. भरपूर सुका मेवा (काजू, बदाम, पिस्ता, मनुका इत्यादी), दूध, आंब्याचा रस आणि त्यात थोडे आइस्क्रीम असा दमदार दुग्धपदार्थ म्हणजे मस्तानी! अनेक ठिकाणी मिळणाऱ्या मस्तानीमध्ये सर्वसाधारणपणे वरील सामग्री वापरली जाते. यात दुधाचे प्रमाण, आंब्याच्या रसाचे प्रमाण बऱ्याच फरकाने बदलते.

- दूध (गायीचे) घेऊन मंद आचेवर आटवत ठेवावे. दूध ४० किंवा ३५ टक्क्यांपर्यंत आटवावे. एक लीटर दूध घेतल्यास आटवल्यावर ३५०-४०० मिली दूध राहावयास हवे.
- आटवलेल्या दुधात आंब्याचा रस मिसळावा. बऱ्याच ठिकाणी टीन कॅन्समधील आंब्याचा रस वापरतात. ४०० मिली आटवलेले दूध घेतल्यास ६०० मिली आंब्याचा रस टाकून मिक्सरमधून एकजीव करावे.
- दूध आणि आंब्याचा रस यांच्या मिश्रणानुसार (२०० मिली) ५% सुका मेवा (काजू, बदाम, पिस्ता इत्यादी) घ्यावा. २०० मिलीला सुकामेव्याचे प्रमाण १० ग्रॅम येईल. १० ग्रॅम वजनात सुका मेवा घेताना काजू, बदाम, पिस्ता इत्यादीचे समान भाग घ्यावेत.
- १० ग्रॅमपैकी ७ ग्रॅम सुकामेव्याचे लहान-लहान तुकडे करून ते २०० मिलीच्या आंबा + दूध यांच्या मिश्रणात मिसळावे.
- उरलेल्या ३ ग्रॅम सुकामेव्याचे सपाट, चप्पट काप करावेत. असे काप बाजारात विकत मिळतात. आइस्क्रीमचा लहान स्कूप (गोळा) टाकून झाल्यानंतर हे सपाट कापांनी वरून सजवावे. काप सपाट असल्यामुळे त्याचे वजन खूप कमी असते, त्यामुळे ते वरती सहजपणे राहतात.
- याशिवाय चेरी किंवा थोडा रंगीबेरंगी गुलकंदही टाकता येतो.
- २०० किंवा २५० मिलीचा ग्लास थंड करून (५ ते ६ अंश से. तापमानास) खाण्यास द्यावा.

मस्तानी

दूध आटवणे

↓

आंब्याचा रस मिसळणे

↓

साखर मिसळणे (२.५%)

↓

सुका मेवा (२%)
२ टक्क्यांतील ७०% भाग घेणे
(लहान तुकड्यात)

↓

आइस्क्रीम (लहान स्कूप) टाकणे

↓

सुका मेवा (उरलेला ३०% सुका मेवा सपाट स्वरूपात)

↓

चेरी/गुलकंद टाकणे. एक चमचा क्रीम

↓

५-७ अंश सेल्सिअस तापमानास थंड करून खाण्यास देणे.

उत्तम मस्तानीसाठी

- ज्या वेळी पदार्थ खाण्यास द्यावयाचा आहे, त्या वेळेस आइस्क्रीम टाकल्यासच पदार्थ उत्तम होईल.
- पदार्थ देत असताना वरून एक चमचा क्रीम टाकून अजून स्वाद वाढवता येईल.
- साधारणपणे २००-२५० मिलीचा ग्लास असलेली मस्तानी हा दुग्धपदार्थ ५० ते ७० रुपयांना विकला जातो.
- काही प्रसिद्ध ठिकाणी भेटी देऊन सदर दुग्धपदार्थ चाखून, माहिती घेऊन या दुग्धपदार्थांचे प्रमाणीकरण करण्याचा प्रयत्न करावा.

निवळीमध्ये थोडीच परंतु उत्तम दर्जाची प्रथिने (०.४%) असतात; परंतु निवळीमध्ये लॅक्टोजचे प्रमाण ५.० टक्क्यांच्या आसपास असते. साखर (दुग्धशर्करा) पचनास अडचण असणाऱ्यांनी निवळीचा वापर जरा जपूनच करावा. निवळीचा वापर करून पोषक कुल्फी तयार करता येईल.

उत्तम कुल्फीसाठी

- दूध अर्धे आटवल्यावर १ लीटर कुल्फीचे मिश्रण तयार करावयाचे असल्यास ७०० किंवा ८०० मिली आटवलेले दूध घेऊन त्यात २०० ते ३०० मिली निवळी मिसळावी.
- वरील मिश्रणात १६% साखर मिसळावी. १ लीटर कुल्फी मिक्ससाठी १६० ग्रॅम साखर घ्यावी.
- मिश्रणात ०.१५% स्टॅबिलायझरचा वापर करावा. काजू, बदामाचे काप, रंग, सुगंध टाकून कुल्फी अजून आकर्षक बनवता येईल.
- ७०० मिली आटवलेले दूध आणि ३०० मिली निवळीच्या मिश्रणांपासून बनवलेली कुल्फी आणि ८०० मिली आटवलेले दूध आणि २०० मिली निवळी या मिश्रणाची कुल्फी यांच्या अंगबांधणीत फरक राहील.
- आटवलेले दूध आणि निवळी एकत्र करताना हलकेसे गरम करून घ्यावे. (४०-४२ अंश सेल्सिअस)

निवळीचा वापर करून बनवलेली कुल्फी

पनीर, छन्ना तयार करताना उपउत्पादन म्हणून निवळी (व्हे) मिळते. एक लीटर दूध जर पनीरसाठी किंवा छन्न्यासाठी वापरले तर त्यापासून जवळपास ७००-८०० मिली निवळी मिळते.

दूध (गायीचे)
↓
आटवणे (५० टक्क्यांपर्यंत)
↓
(७०-८०% दूध आणि २०-३०% निवळी घेणे)
↓
मिश्रण एकत्र करणे
↓
साखर मिसळणे (१६%)
↓
स्टॅबिलायझर ०.१५%
↓
रंग, सुगंधाचा वापर करावा
↓
मिश्रण कुल्फी कोनमध्ये भरणे
↓
फ्रीजिंग आणि हार्डनिंग करणे
(४ : १ या प्रमाणात बर्फ व मीठ यांचे मिश्रण)

■

चीजनिर्मिती : नवीन संधी

पिझ्झाच्या वाढत्या लोकप्रियतेमुळे मोझारेला चीजचा उपयोगही वाढतो आहे. त्यामुळे येत्या काळात चीजसाठी मोठे मार्केट उपलब्ध होऊ शकेल. भारतात एकूण दुग्धपदार्थ उत्पादनापैकी २% चीजचे उत्पादन होते. युरोप आणि उत्तर अमेरिका हे चीजसाठी एक मोठे मार्केट आहे. परंतु, या सुपर मार्केटमध्ये एक प्रकारची संपृक्तता आल्यामुळे पुरवठादारांना पर्याय म्हणून भारतातील चीज मार्केट विस्तारण्याची गरज आहे.

चीजचे उत्पादन वाढवण्याची गरज

तज्ज्ञांच्या मते, जगात चीजचे जवळपास ३००० प्रकार आहेत. परंतु त्यातील फक्त ४०-४५ प्रकारच भारतीय मार्केटमध्ये आहेत.

- भारतात शहरी भागात चीजचा उपभोग प्रति माणशी ७०० ग्रॅम प्रति वर्ष एवढाच आहे. परंतु जगाचा चीजचा सरासरी उपभोग सात किलो प्रति वर्ष एवढा आहे.
- भारतात विकल्या जाणाऱ्या एकूण चीजपैकी ६०% खप हा दिल्ली, मुंबई, चेन्नई आणि कोलकाता या चार मोठ्या शहरांत होतो.
- चीजच्या एकूण उत्पादनापैकी ३०% बाजारपेठ चीज स्प्रेड आणि १०% ही सुगंधी आणि खास चीजने व्यापली आहे.
- अमेरिका हा सर्वात जास्त म्हणजे ५.४० दशलक्ष टन चीज (२०१३) उत्पादन करणारा देश आहे.
- जगाच्या एकूण चीज उत्पादनापैकी एकट्या अमेरिकेचा वाटा एक-चतुर्थांश एवढा आहे.
- वाढणारा शहरी मध्यमवर्ग, बदलणाऱ्या अन्नाच्या सवयी, पिझ्झाची वाढती लोकप्रियता, यामुळे मोझारेला चीजचा उपयोगही वाढत आहे. या अशा अनेक कारणांमुळे भारताकडेही चीजसाठीचे पुढचे मोठे मार्केट म्हणून पाहिले जात आहे.
- जर्मनी, फ्रान्स, इटली आणि नेदरलँड हे देशदेखील चीजचे मोठे उत्पादक म्हणून गणले जातात.
- भारत हा चीज इंडस्ट्रीसाठी नुकताच अस्तित्वात आलेला देश म्हणावा लागेल. भारतात एकूण दुग्धपदार्थ उत्पादनापैकी २% उत्पादन चीजचे आहे.
- सध्याच्या चीज मार्केटची बाजारपेठेची किंमत १,२५० करोड एवढी असून, त्यात २०% एवढा वार्षिक वाढीचा अंदाज आहे.
- युरोप आणि उत्तर अमेरिका हे चीजसाठी एक मोठे मार्केट आहे. परंतु, या सुपर मार्केटमध्ये एक प्रकारची संपृक्तता आल्यामुळे पुरवठादारांना पर्याय म्हणून विस्तारणारे भारताचे मार्केट खुणावत आहे.

भारतातील चीजचे विविध प्रकार

छेडार चीज, प्रोसेस्ड चीज, गौडा, मोझारेला,

चीज स्प्रेड, क्रीम, चीज स्लाईस, चीज ब्लेड्स, चीज क्यूब, स्कामोर्झा, स्मोक्ड चीज, फेटा चीज, इमॅनटल, मास्करपोन, इडाम, रिकोटा, पारमिझन, क्वार्ग, बोकोन सिनी, कॅमेमबर्ट इत्यादी.

चीजचे असे विविध प्रकार भारतात अंदाजे १४-१५ कंपन्यांमार्फत तयार केले जातात.

क्वार्ग चीज

- जर्मन भाषेत क्वार्ग चीजला स्पिइसिक्वार्ग (Speisequark) म्हणतात.
- क्वार्ग चीज हे नैसर्गिक न आंबवलेले फ्रेश चीज आहे; जे जर्मनीत खूप प्रसिद्ध असून, मोठ्या प्रमाणात उत्पादित केले जाते. ते मुख्यत: दूध प्रथिनांच्या पेस्टसारखे, दूध योग्य विरजणाने साकळवून (उदाहरणार्थ, स्ट्रिप्टोकोकस क्रोमोरीस आणि ल्युकोनॉसटॉक सिट्रोव्होरम), थोडा रेनेटचा वापर करून, ज्यामुळे प्रथिनांच्या गोळ्यासारख्या निवळीपासून वेगळा करून चांगला उतारा मिळेल, असे बनवतात.
- क्वार्ग चीज हे अगदी कमी फॅट किंवा फॅट फ्री प्रकारापासून ते ४०% फॅट असलेले मिळते. या प्रकारचे चीज मध्य युरोपात (जर्मनी, पोलंड आणि ऑस्ट्रिया) प्रसिद्ध आहे. वेगवेगळ्या देशांत वेगवेगळ्या नावाने या प्रकारचे चीज उपलब्ध आहे. भारतात चक्का आणि श्रीखंड हे दुग्धपदार्थ क्वार्ग चीजशी संबंधित असणारे पदार्थ आहेत.

क्वार्ग चीजची वैशिष्ट्ये

- क्वार्ग हे दुधाच्या रंगासारखे पांढरे किंवा हलकेसे पिवळसर असते. एकसंध, मऊ, गुळगुळीत, नरम, लवचीक अशी क्वार्गची अंगबाधणी असते. तसेच, क्वार्ग छानपणे पसरवता येते.
- पसरवता येण्यायोग्य (स्प्रेड्याबिलिटी) हा भौतिक गुणधर्म बटरमध्ये किंवा चीजमध्ये महत्त्वपूर्ण असतो. क्वार्ग चीजमध्ये असलेल्या जास्त आर्द्रतेमुळे (८२%) त्याची टिकवण्याची क्षमता ही ८ अंश सेल्सिअसपेक्षा कमी तापमानास दोन ते चार आठवडे आहे.
- साठवणुकीदरम्यान चीजच्या पृष्ठभागावर पाणी किंवा निवळी दिसणे, कोरडेपणा किंवा कण दिसणे, जास्त आम्लता होणे, कडू चव असणे किंवा सूक्ष्मजीवजंतूंनी चीज खराब होणे असे गुणधर्म आढळावयास नको.
- क्वार्ग चीजचा वास व चव स्वच्छ हलकीशी आंबट असावी.

क्वार्ग चीज टिकवण्यासाठी

रेफ्रिजरेशन तापमानास क्वार्ग चीज फक्त दोन आठवड्यापर्यंत टिकते. व्यावसायिकरणासाठी क्वार्ग चीजची टिकवणक्षमता वाढवणे अत्यंत गरजेचे आहे. मायक्रोगार्ड आणि नायसीन ही जैविक प्रिझर्व्हेटिव्ह क्वार्ग चीज टिकवण्यासाठी वापरता येतात.

क्वार्ग चीज बनवण्यासाठी वापरण्यात येणारे होबार्ट मिक्सर

क्वार्ग चीज बनवण्याची पद्धत

दूध (म्हशीचे)
↓
दुधाचे प्रमाणीकरण करणे
(४% फॅट, ८-९ एसएनएफ)
↓
पाश्चरायझेशन
(८५ अंश सेल्सिअस / १० मिनिटे)
थंड करणे (३१ ते ३२ अंश सेल्सिअस)
↓
१ टक्का विरजण मिसळणे
↓
एक तासाने रेनेट मिसळणे
(रेनेट ०.५ ग्रॅम प्रति १०० लीटर दूध)
↓
१२ ते १६ तास ठेवणे (इन्क्युबेशन)
↓
सामू ४.९ ते ५.० पर्यंत
↓
दही
↓
चाकूने दही कापणे
कापल्यानंतर ५ मिनिटे तसेच ठेवणे
↓
शिजवणे (६० अंश सेल्सिअस / १० मिनिटे)
↓
थंड करणे (रूम टेपरेंचर)
↓
टांगून ठेवणे (४ ते ६ तास)
↓
क्वार्ग चीज

राष्ट्रीय डेअरी संशोधन संस्था (NDRI) येथे विकसित केलेली क्वार्ग चीज बनवण्याची पद्धत

- म्हशीचे दूध घेऊन प्रमाणीकरण करणे (फॅट ३.० आणि एसएनएफ ९.५०) दूध चीज वॅट यंत्रामध्ये घेऊन ८५ अंश सेल्सिअस तापमानास १५ मिनिटे गरम करावे.
- दूध थंड करून त्यात NCDCचे १ टक्का विरजण मिसळून ३७ अंश सेल्सिअस तापमानास दूध तसेच ठेवून द्यावे. विरजण मिसळल्यानंतर अडीच तासाने (जेव्हा सामू ६.३पर्यंत येतो) मिईटो रेनेट २००-३०० मिली १०० लीटर दुधात मिसळावे.
- विरजण मिसळल्यानंतर वॅटमधील दूध हे १४ ते १६ तास ठेवावे. खास चीजच्या चाकूने एक-तृतीयांश इंचाचे काप करून १० ते १५ मिनिटे न हलवता ठेवावे.
- तापमान ५५ ते ६० अंश सेल्सिअसपर्यंत वाढवावे. परंतु, तापमान वाढवताना ते १ अंश प्रति मिनीट असे वाढवावयास हवे. यानंतर दह्याचे तापमान ६० अंश सेल्सिअस तापमानास १० मिनिटे ठेवावे.
- खोलीच्या तापमानास थंड करून मलमलच्या कापडात घेऊन गुंडाळून ३.५ ते ४ तासांपर्यंत टांगून ठेवावे (घनता २८ ते ३०%).
- आवश्यक वाटल्यास मीठ, फायबर टाकून होबार्ट मिक्सर मधून फिरवून घ्यावे. यानंतर प्लास्टिक कपात भरून ते ६ ± १ अंश सेल्सिअस तापमानास ठेवावे.
- ओट फायबर, इनुलिन, सोया फायबर यांचा वापर क्वार्गमध्ये करता येईल. प्रोबायोटिक जिवाणूंचा वापरदेखील क्वार्ग चीजमध्ये करता येतो.

क्वार्ग चीजमधील घटक (%)
एकूण घनता : २८ ते २९.०३, स्निग्धांश (फॅट) : १०.११, प्रथिने : १२.९५-१३.३१, शर्करा (लॅक्टोज) : २.०५-२.७२, मीठ : १.०४

क्वार्ग चीज बनवताना...

- विरजण म्हणून NDRI येथील NCDC-149 किंवा NCDC-144 हे विरजणाचे प्रकार वापरता येतील.
- रेनेट हे क्वार्ग चीजला चीझी फ्लेवर देते.
- शेवटी ०.५% मीठ मिसळावे व एकजीव करावे.
- रेनेट टाकताना ते विरघळून मिसळावे.

म्हशीच्या दुधापासून मिळते वैशिष्ट्यपूर्ण अंगबांधणीचे चीज

चीजचे अनेक चांगले, उत्तम प्रकार गायीच्या दुधापासून बनवतात. मात्र म्हशीचे दूधही काही चीजच्या प्रकारात यशस्वीरीत्या वापरले जाते. म्हशीच्या दुधापासून बनवलेले चीज एक वैशिष्ट्यपूर्ण अंगबांधणी असलेले असते. मोझारेला चीज चावताना रबरासारखे ताणले जाते. या गुणधर्मामुळे म्हशीचे दूध हे गायीच्या दुधापेक्षा तांत्रिकरीत्या सोयीस्कर ठरते.

- इटली देशात पास्ता फिलाटा, मोझारेला चीज पारंपरिकरीत्या म्हशीच्या दुधापासून बनवले जाते. बाल्कन देशातही व्हाइट ब्राइन्ड आणि पिकल्ड चीज हे म्हशीच्या दुधापासून बनवतात.
- ग्रीसमधील फेटा चीज, इजिप्तमधील डोमियाटी आणि दक्षिण मध्य अमेरिकेतील क्यूसो ब्लॅको आणि भारतातील पनीर (कॉटेज चीजचा प्रकार) हे प्रमुख चीज प्रकार मुख्यतः म्हशीच्या दुधापासून बनवतात.
- पश्चिम युरोपात म्हशीच्या दुधापासूनच्या चीजचे मार्केट वाढत आहे. भारतात एकूण दूध उत्पादनापैकी म्हशीच्या दुधाचा वाटा हा ५७% एवढा आहे. यामुळे भारत हा म्हशीच्या दूधापासून चीज बनवण्यात अग्रेसर होऊ शकतो. ही एक मोठी संधी आहे. चीजचे उगमस्थान आणि त्यातील विविधतेचा विकास हा अशा देशात झाला जिथे वातावरण थंड आणि जिथे गायी या मुख्यतः दुधासाठी होत्या. परिणामी, चीज बनवण्याचे तंत्रज्ञान गायीच्या दुधापासूनच्या चीजसाठी विकसित झाले आणि मुख्यतः भर हा गायीच्या दुधापासूनच्या चीजच्या जातीवर राहिला. परंतु, भारतात मोठ्या प्रमाणावर म्हशीचे दूध आहे.
- चीज, गौडा चीज, इमेन्टल चीज इत्यादींसाठी म्हशीचे दूध हा प्रमुख कच्चा माल म्हणून योग्य समजला जात नाही.
- आंबवलेल्या चीजच्या जाती मऊ, परिपक्व, सौम्य, गुळगुळीत अंगबांधणी आणि उत्तम सुखकारक सुगंधासह वैशिष्ट्यपूर्ण ठरतात. म्हशीच्या दुधापासून नीरस (flat), कठीण (hard), रबरासारखी अंगबांधणी असलेले आणि कोरड्या पृष्ठभागाचे चीज मिळते. याचे कारण म्हणजे म्हशीच्या आणि गायीच्या दुधात असलेला प्रमाणबद्ध आणि गुणवत्तापूर्ण फरक.
- जास्त कॅल्शिअम आणि केसीन या प्रमुख प्रथिनांमुळे म्हशीच्या दुधामध्ये जास्त बफरिंग क्षमता आढळते. यामुळेच आम्लता विकसित होण्यास वेळ लागतो. म्हशीच्या दुधातील जास्तीच्या कर्ड टेन्शनमुळे कठीण, रबरी आणि कोरडी अंगबांधणी मिळते, त्यामुळे म्हशीच्या दुधापासून छेडार चीज बनवण्यासही अडचणी येतात.
- आणंद येथील डॉ. जे. सिझलॅक यांनीही एक पद्धत विकसित केली आहे. परंतु, विकसित तंत्रज्ञानातील काही उणिवांमुळे डेअरी इंडस्ट्रीने

व्यावसायिकरीत्या या पद्धतीचा अवलंब केला नाही.

राष्ट्रीय डेअरी संशोधन संस्थेने म्हशीच्या दुधापासून स्वीकाहार्य असलेले चीज तयार करण्यात यश मिळवले आहे. यात म्हशीच्या दुधापासून चीज बनवण्याच्या पद्धतीवर बारकाईने संशोधन केले. या संशोधनात पुढील बाबींचा विचार करण्यात आला :

दूध तापवणे

पाश्चरायझेशनच्या खालोखाल तापमान गायीच्या दुधासाठी वापरले जाते. थर्मायझेशनमध्ये ६५ अंश सेल्सिअस तापमान १५ सेकंदापर्यंत ठेवले जाते. परंतु, म्हशीचे दूध वापरले असेल तर ६९ अंश सेल्सिअस तापमान ३० मिनिटांपर्यंत ठेवले जाते. त्यामुळे छान चिझी सुगंध येतो.

चीजला आम्लता आणणे (ॲसिडिफिकेशन)

गायीचे दूध वापरताना १ टक्का लॅक्टिक विरजण वापरले जाते. तसेच, रेनेट टाकण्यासाठी ४५-६० मिनिटांत ०.०२% आम्लता (ॲसिडिटी) वाढणे समाधानकारक समजले जाते. परंतु, म्हशीच्या दुधाच्या बफरिंग क्षमतेमुळे आम्लता हळूहळू वाढते. यासाठी लॅक्टिक विरजण २ टक्क्यांपर्यंत टाकावे.

पूरक विरजण

नेहमीच्या विरजणाबरोबर लॅक्टोबॅसिलस केसी Str. ३०० किंवा लॅक्टोबेसिलस हेलविटिक्स ०.५% हे पूरक म्हणून वापरल्यास म्हशीपासून चीजमध्ये सुगंध (फ्लेवर) सुधारण्यास मदत होते.

राइपनिंग तापमान

गायीच्या दुधासाठी ३० अंश सेल्सिअस तापमान ठेवले जाते; हेच म्हशीच्या दुधासाठी २८ अंश सेल्सिअस तापमान ठेवले जाते.

शिजवतानाचे तापमान

कुकिंगचे कमी तापमान (३७ अंश सेल्सिअस ४० ते ४५ मिनिटे) हे म्हशीच्या दुधापासून चीज बनवताना चांगले समजले जाते. यामुळे आर्द्रता धरून ठेवण्यास मदत होते. हे तापमान गायीच्या दुधासाठी ३९-४० अंश सेल्सिअस / १ तास एवढे असते.

छेडारिंग

चीज ब्लॉकचे रिपिलिंग (साकळलेला भाग एकावर एक ठेवणे) आणि रिपिलिंग (साकळलेला भाग बदलणे, पालटणे) केल्याने आर्द्रतेचे प्रमाण वाढते.

दाब

म्हशीचे दूध वापरल्यास चीज ब्लॉकवर दिला जाणारा दाब कमी असावा. गायीच्या दुधापासून बनवलेल्या चीजवर जास्त दाब द्यावा लागतो.

म्हशीचे दूध : शाकाहारी चीजसाठी वरदान

शाकाहारी चीज निर्मितीसाठी म्हशीचे दूध हे वरदानच समजले जाते. शाकाहारी लोकांची संख्या भारतातच नव्हे, तर जगभरात वाढत आहे. दूध आणि दुग्धपदार्थ शाकाहारींना पोषणाचा उत्तम स्रोत आहे. चीज बनवताना दूध साकळवण्यासाठी रेनेट (rennet) या एन्झाइमचा (विकर) वापर केला जातो. हे एन्झाइम चीजच्या राइपनिंगमध्ये भूमिका पार पाडून चीजसाठी हवा असणारा पोत, अंगबांधणी (Body & texture) आणि सुगंध (flavour), विशिष्ट अशी चव विकसित करण्यास मदत करते.

एन्झाइम हे वासराच्या पोटातील लाइनिंगमधून उपउत्पादन म्हणून मिळवले जाते. यामुळेच शाकाहारी मंडळींकडून चीज खाण्यासंबंधी नापसंती दर्शवली जाते. या शाकाहारींच्या भावना जपण्यासाठी ८०च्या दशकात सरकारने वासरापासूनच्या रेनेटवर बंदी घातली. यामुळे जैविक (microbial) रेनेटचा वापर सुरू झाला. परंतु, जैविक रेनेटच्या वापरामुळे परिणामी कमकुवत अंगबांधणी आणि चवीतदेखील कमतरता जाणवायला लागली. नेहमीच्या चीज बनवण्याच्या पद्धतीत बदल करून राइपन चीजसाठी तंत्र विकसित

केले गेले आहे. ग्लायकोलायसीझ, प्रोटिओलायझिझ आणि लायपोलायसिससारख्या जैव-रासायनिक बदलासाठी म्हशीचे दूध प्रतिरोधक / विरोध करणारे आहे. यामुळे म्हशीच्या दुधापासून चीज बनवताना मायक्रोबियल रेनेटमुळे होणारे बदल (दुग्धशर्करा, प्रथिने, लिपीड) चांगले ठरतात. परिणामतः सूक्ष्मजीवापासूनच्या रेनेटचा वापर करून म्हशीच्या दुधापासून बनवलेल्या चीजमध्ये फ्लेवर मधील उणिवा थोड्याशा प्रमाणात का होईना दूर होतात.

शेळीचे दूध (१० ते २५%) म्हशीच्या दुधात एकत्र करून चीज बनवल्याने वेगवेगळ्या गुणधर्मानुसार (ज्ञानेंद्रियांच्या मूल्यमापनानुसार, अंगबांधणी इत्यादी) चीज सुधारण्यासाठी मदत होते. तसेच, राइपनिंगचा कालावधीसुद्धा थोडा कमी होतो.

म्हशीच्या दुधापासून मोझारेला चीज बनवण्याची पद्धत

पाश्चराइझ दूध घेणे (५ ते १५ अंश से.)

↓

०.०१% कॅल्शिअम क्लोराइड मिसळणे

↓

लॅक्टिक ॲसिड मिसळणे (२०% द्रावण)

↓

रेनेट मिसळावे ०.७ ग्रॅम / १०० किलो दुधात

↓

तापमान १२ ते १५ अंश से. ठेवावे

↓

१५ मिनिट दुधाचे तापमान ३५ अंश से. आणावे

↓

दही

↓

विशिष्ट पद्धतीने दही कापणे

↓

ॲसिडिटी ०.४२% असावी

↓

निवळीसकट दही शिजवणे (कुकिंग)
तापमान ४१ ते ४२ अंश से.

(१ अंश से. वाढण्यासाठी २ ते ४ मिनिट)

↓

निवळी काढणे

↓

दह्याच्या बारीक तुकड्यात २.५% मीठ शिंपडावे

↓

थोडे दही वाटीत / लहान भांड्यात घेऊन त्यात (९० अंश से.) पाणी घ्यावे.

↓

१ मिनिट तसेच ठेवणे

↓

नंतर दह्याचे तुकडे रॉडने / चमच्याने हलवणे. चिकटून रबरासारखे ताणले गेले म्हणजे स्ट्रेचिंग आले असे समजावे.

↓

मोठ्या प्रमाणात दही घेऊन असेच गोळे बनवावेत.

एका प्रकारचे चीज बनवण्यासाठी अनेक पद्धती आहेत. पद्धत लक्षात येण्यासाठी मोझारेला चीजची पद्धत थोडक्यात दिली आहे.

म्हशीचे दूध
↓
पाश्चरायझेशन करणे
(७३ अंश से. तापमानास १५ से.)
↓
थंड करणे
↓
विरजणाचे दूध मिसळणे ←
↓
(pH) सामू जुळवून घेणे
↓
साकळवणे
(६०-७० अंश से.)
↓
निवळी (Whey) काढून घेणे
↓
मोल्डिंग / गोल करून थाप देणे / रोलिंग करणे
↓
पृष्ठभाग सुकवणे
↓
पॅकिंग
↓
साठवणूक

स्किम मिल्क
(सायविरहित दूध)
↓
पाश्चरायझेशन
(६३ अंश से./३० मि.)
↓
थंड करणे
↓
विरजण टाकणे
NCDC-१६७ @ १.५%
NCDC-१४४ @ २%
↓
NCDC-१६७, २५ अंश से.
NCDC-१४४, ४२ अंश से.
↓
विरजण असलेले स्किम दूध
(सायविरहित दूध)
↓
ढवळणे → (विरजणाचे दूध मिसळणे)

NCDC विरजणे

'नॅशनल कलेक्शन ऑफ डेअरी कल्चर' (National Collection of Dairy Culture) या नावाने अनेक प्रकारच्या विरजणांच्या जाती डेअरी मायक्रोबायोलॉजी डिव्हिजन, राष्ट्रीय डेअरी अनुसंधान, कर्नाल १३२००१ (हरियाणा) येथे उपलब्ध आहेत. आपणास हव्या असलेल्या विरजणासंबंधीचे पैसे / शुल्क पाठवून आपण पोस्टाद्वारेही उपलब्ध करून घेऊ शकतो. एका विरजणास अंदाजे ४००-५०० रुपयांपर्यंत खर्च येतो.

स्किम मिल्क (Skim Milk) किंवा फॅटविरहित दूध

स्किम मिल्क म्हणजे थोडक्यात फॅट नसलेले दूध. या प्रकारच्या दुधात ०.५% पेक्षा कमी फॅट असते. घरच्या घरी आपण फॅट (साय) काढून 'स्किम मिल्क' बनवू शकतो. परंतु फॅटचे प्रमाण ०.५% पेक्षा जास्त असण्याचा संभव असतो. मोठ्या प्रमाणावर स्किम मिल्क मिळवण्यासाठी किंवा साय मिळवण्यासाठी क्रीम सेपरेटरचा वापर करता येतो.

■

बनवा उत्तम गुणवत्तेचे पनीर

> पनीरचा उपयोग अनेक प्रकारच्या भाज्या, पराठे, पुलाव, जेवणातील स्टार्टरमध्ये केला जातो. मोठ्या हॉटेलमध्ये पनीरला रोज मागणी असते. उत्तम पनीर व त्याची गुणवत्ता कशी असावी, ती कशी जोखावी, यासाठी विविध मुद्द्यांना, गुणधर्मांना अनुसरून त्याची शास्त्रोक्त पद्धतीची माहिती असणे आवश्यक आहे.

मोठ्या प्रमाणावर पनीर विकताना, विकत घेताना ज्ञानेंद्रियाच्या तपासणीनुसार त्याची गुणवत्ता लक्षात घेऊन दोषही माहीत असणे गरजेचे आहे. त्यासाठी ज्ञानेंद्रियानुसार चांगल्या गुणवत्तेच्या पनीरचे गुणधर्म तपासावेत.

ज्ञानेंद्रियानुसार चांगल्या गुणवत्तेच्या पनीरचे गुणधर्म

रंग आणि एकूण दिसणे

उत्तम गुणवत्ता असलेल्या पनीरचा रंग हा एकसमान संगमरवरासारखा पांढरा, सोबत हलकासा हिरव्या रंगाची छटा असलेला (म्हशीचे दूध वापरून तयार केले असेल तर) किंवा किंचितसा पिवळसर पांढरा (गायीचे दूध वापरून तयार केले असेल तर) असावा.

अंगबांधणी आणि पोत

- पनीरची अंगबांधणी ही खूपशी टणक किंवा खूप मऊ असू नये. चांगल्या गुणवत्तेच्या पनीरचा पोत हा घट्ट, हलका, स्पंजसारखा आणि मखमलसारखा गुळगुळीत असावा.
- चावताना, खाताना पोतही मर्यादित स्वरूपात तंतुमय असल्यासारखा असावा. पनीर तेलात तळल्यास त्याचा आकार हा न बदलता तसाच कायम राहणारा असावा.

फ्लेवर (चव + गंध)

पनीरचा फ्लेवर हा गरम केलेल्या दुधासारखा, साकळलेल्या दह्यासारखा (ॲसिड) असा मिश्रित असायला हवा. तसेच आल्हाददायक, सौम्य ॲसिडिक, हलकासा गोड आणि नट्टी (किंचितसा कठीण कवचाच्या फळासारखा) असा असायला हवा.

ज्ञानेंद्रियांनुसार पनीर तपासणीचे तंत्र

- ज्ञानेंद्रियांनुसारच्या तपासणीसाठी पनीरचे तापमान १५ अंश से. असायला हवे. अंगबांधणी आणि पोत अभ्यासताना सगळ्या पनीरच्या नमुन्यांचे तापमान एकसारखे असणे अत्यंत आवश्यक आहे.
- सुरुवात ही दृश्यमान स्वरूपात करावी. पॅकेजची व्यवस्थित टापटीपता, सुबकता, स्वच्छता, धूळ आणि इतर घटकांपासूनची पॅकेजची सुरक्षितता, आर्द्रता / निवळीचे थेंब इत्यादी पृष्ठभागावर तपासावेत. पॅकेजमध्ये निवळी आढळणे हे

अनिष्ट, अयोग्य आहे.

- पॅकेज काढून लगेचच गंध तपासून पृष्ठभाग पाहावा. पनीरच्या खराब होण्याची सुरुवात पृष्ठभागावरून (Surface) होत असते. सूक्ष्मजीवांपासूनचा चिकट स्रावामुळे (हिरवट/पिवळसर) कुजलेला / सडलेला (Putrid) घाणेरडा वास येतो. तसेच, पृष्ठभागावर किंवा बहुतेक वेळा आत पनीरमध्ये दूध जळाले असल्यास (तापमान) त्याचे कण दिसतात. याच दरम्यान पृष्ठभागावरचा रंगही न्याहाळावा.
- चाकूच्या साहाय्याने पनीरच्या ब्लॉकमधून पातळ तुकडा (स्लाईस) काढणे.
- चाकूच्या साहाय्याने पनीर कापताना प्रतिकार / विरोधही जाणून घ्यावा. तसेच, कापताना कापलेल्या भागाव्यतिरिक्त इतर भाग व्यवस्थित घट्ट राहत आहे का किंवा त्याचे बारीक बारीक तुकडे पडत आहेत का, हेही तपासावे.
- अंगठ्याने पनीरच्या ब्लॉकवर दाब द्यावा. दाब दिलेला भाग दाब काढल्यानंतर पुन्हा पूर्वस्थितीत येतो का, हे तपासून पाहावे.
- पनीरचा लहान तुकडा मुखात घेऊन चर्वण करावा. खात असताना दोन दातांमध्ये चावतानाचे समाधान / सोपेपणा, चवीची गुणवत्ता आणि एकूण फ्लेवरचा मागोवा घ्यावा.
- खाल्लेला नमुन थंकून बाहेर काढावा. यानंतर आफ्टर टेस्टची नोंद घेताना काही ऑफ-फ्लेवर जाणवतोय का, हे पाहावे. यासाठी ताज्या हवेत श्वास घेऊन हळुवार बाहेर सोडल्याने ऑफ फ्लेवरची (नको असलेल्या) नोंद (असल्यास) जाणवून घेता येईल.

ज्ञानेंद्रियांनुसार तपासलेल्या पनीरचे ग्रेडिंग

ज्ञानेंद्रियांनुसार तपासलेल्या पनीरचे ग्रेडिंग पुढीलप्रमाणे करावे.

एकूण गुण	**ग्रेड स्तर**
२३ किंवा त्यापेक्षा जास्त	उत्कृष्ट (A)
२१-२२	चांगले (B)
१५-२०	न्याय (C)
१९ किंवा कमी	हलक्या प्रतीचे (D)

- पनीर फ्रीजमध्ये ठेवताना ते क्लिंग फिल्ममध्ये घट्ट गुंडाळून ठेवावे. उघडे ठेवू नये. कारण फ्रीजमधल्या विना पॅकिंगच्या पनीरचा रंग दोन ते तीन दिवसांनंतर पिवळसर होतो व पनीर टणक होते.
- पनीर पृष्ठभागावरून खराब होत असल्यामुळे क्लिंग फिल्म अथवा ॲल्युमिनिअम फॉइलमध्ये पॅकिंग करावे किंवा व्हॅक्यूम पॅक करावे.
- डीप फ्रीजमध्ये शून्य वा त्याखालील तापमानास पनीरचे ब्लॉक ठेवल्यास ते खूप कडक व न कापता येण्याजोगे होतात.
- कमी फॅट असलेल्या दुधापासून पनीर बनवलेले असल्यास पनीरचा पृष्ठभाग हा थोडासा कोरडा, कठीण असा होतो.
- दुधाची आम्लता जास्त असल्यास सायट्रिक ॲसिडचे प्रमाण कमी वापरावे, कारण तयार होणारे पनीर आंबट होऊ शकते.
- पनीरमधील आर्द्रता ५५ टक्क्यांच्या जवळपास असावी, जेणेकरून पनीरचा पोत व अंगबांधणीची गुणवत्ता उत्तम राहील.

पनीरसाठीचे गुणांचे कार्ड

पुढील स्कोअर कार्डनुसार, वेगवेगळ्या गुणधर्मानुसार गुण देऊन गुणवत्ता तपासली जाते.

तक्ता 'अ' पनीरसाठी गुणांचे कार्ड

गुणधर्म	दोष	थोडा	निश्चित	स्पष्ट
फ्लेवर (१२)	कडवट	१०	९	८
	चारा / तणाचा वास	९	८	७
	फ्लॅट	११	१०	९
	बाहेरचा	१०	९	७
	शिळा कुबट	१०	९	७
	सडलेला / चेरी	१०	९	७
	खवट	१०	९	७
	जळालेला	११	१०	९
	आंबट	११	१०	९
	शिळा	११	९	८
	अस्वच्छ	१०	९	७
	यीस्टी	१०	९	७
अंगबाधणी आणि पोत (१०)	चुरा होणारा	९	९	७
	कठीण	९	९	७
	पिठूळ / खडबडीत	९	८	६
	मोकळा, खुला	९	८.५	७
	पेस्टसारखा	९	८	५
	रबरासारखे / चिवट	९	८	७
रंग आणि एकूण दिसणे (३)	नीरस	२.५	२	१.५
	कोरडे	२.५	२	१.५
	बुरशी आलेले	१	०	०
	पृष्ठभागावरची घाण / बाहेरील पदार्थ	२	१	०
पॅकेज (२)	खराब	१	०.५	०
	घाण / ग्रीसी	१.५	१	०

तक्ता 'ब' भरण्याअगोदर तक्ता 'अ' नीट जाणून घ्यावा.

तक्ता 'ब'

गुणधर्म	गुण (जास्तीत जास्त)	नमुना क्र.			
फ्लेवर	१२				
अंगबांधणी आणि पोत	१०				
रंग आणि एकूण दिसणे	३				
पॅकेज	२				
एकूण गुण	२५				

शेरा : ____________________

____

____

____

■

मूल्यवर्धित दुग्धपदार्थांसाठी ताकाचा उपयोग

> लोणी निर्मितीमध्ये उत्पादित होणाऱ्या ताकापासून विविध मूल्यवर्धित उत्पादने तयार करणे शक्य आहे. या उत्पादनांचा वापर दुग्धपदार्थांमध्ये केल्यास त्यांच्या आरोग्यवर्धक गुणधर्मांमध्ये वाढ होते. त्याचप्रमाणे ताकासारख्या उपउत्पादनापासूनही चांगला फायदा मिळू शकतो.

लोणी काढताना मिळणारे उपउत्पादन म्हणजे ताक. लोणी व तूप उत्पादनाच्या प्रक्रियेतून वर्षाकाठी सुमारे ३.५ दशलक्ष टनांपेक्षा अधिक ताक मिळते. ताकाचे आरोग्यासाठीचे महत्त्व मोठे असले तरी त्याचा अन्य मूल्यवर्धित पदार्थांमध्ये फारसा वापर होताना दिसत नाही. केवळ ताकाच्या थेट विक्रीवर अवलंबून राहावे लागते. त्यातून होणारा फायदाही तसा कमी आहे. मोठ्या प्रमाणात उत्पादन असल्यास ताकाच्या विक्रीचा किंवा बाजारपेठ उपलब्धतेची समस्याही आहे. या साऱ्यावर उपाय म्हणजे ताकापासून विविध मूल्यवर्धित पदार्थांची निर्मिती किंवा त्यांचा अन्य पदार्थांमध्ये वापर. ताकापासून विविध आरोग्यवर्धक उत्पादने बनवणे शक्य आहेत.

ताकाचे प्रकार

देशात सर्वसाधारणपणे तीन प्रकारचे ताक मिळते.

अ) **स्वीट क्रीम बटर मिल्क (न आंबवलेल्या क्रीमपासून) :** ताजी / पाश्चराइझ्ड क्रीम, हलकीशी किंवा ॲसिडिटी (आम्लता) न वाढलेली क्रीम घुसळवून (churning) मिळालेले ताक.

ब) **आंबट ताक :** दूध किंवा क्रीम आंबवून घुसळवून मिळालेले ताक.

क) **देशी ताक (छांच किंवा लस्सी) :** लोणी तयार करताना दही घुसळवून तयार झालेले ताक. हा प्रकार घरगुती अथवा कमी प्रमाणात उत्पादित होतो.

यातील (अ) आणि (ब) हे दोन प्रकार व्यावसायिक तत्त्वावर उत्पादित होतात.

दुधातील उपयोग

पाणी न टाकलेल्या स्वीट क्रीम बटर मिल्कमध्ये निर्भेळ दूध किंवा स्कीम मिल्क मिसळून सुकवण्यासाठी पाठवले जाते.

- स्वीट क्रीम बटर मिल्क म्हशीच्या दुधात वापरल्यामुळे त्याची पचनीयता, व्हिस्कोसिटी वाढते.
- साध्या दुधात स्वीट क्रीम बटर मिल्कचा वापर सुगंधी दूध आणि दूधनिर्मिती, अन्य पेयांच्या निर्मितीसाठी करता येतो.
- स्वीट क्रीम बटर मिल्क आणि स्कीम मिल्क या दोन्हींच्या मिश्रणातून तयार केलेली पावडर विविध पदार्थ घट्ट (पुनर्घटनासाठी) करण्यासाठी वापरता येते.

ताकातील विविध घटकांचे प्रमाण

ताकातील रासायनिक घटकांचे प्रमाण हे बदलते असते. मलईमध्ये किंवा क्रीममध्ये किती प्रमाणात पाणी टाकले, यावर ते आधारलेले असते. परिपूर्ण, आदर्श पद्धतीने मिळवलेले ताक हे स्कीम्ड दुधाशी (साय काढल्यानंतरचे दूध) मिळतेजुळते आढळते.

- स्वीट क्रीमचे ताक (०.१०-०.१४%) आणि आंबवलेल्या क्रीमपासूनच्या ताकाच्या आम्लतेत (१.५ ते १ टक्क्यांपर्यंत) फरक आढळतो. मात्र, अन्य उपलब्ध घटकात फारसा फरक आढळत नाही.
- देशी ताकामध्ये (छांच) विविध घटकांच्या प्रमाणामध्ये मोठा फरक आढळतो. परंतु, सरासरी ४% एकूण घनपदार्थ, ०.८% फॅट, १.२% प्रथिने आणि १.२९% लॅक्टिक ॲसिडचे प्रमाण आढळते.
- फॅटच्या बाहेर एक आवरण असते. त्याला मिल्क फॅट ग्लोब्यूल मेमरेन (MFGM) म्हणतात. त्या बाहेरील आवरणात प्रथिने असतात. त्या प्रथिनात ग्लायसेरोफॉस्फोलिपीडचे जटिल मिश्रण असते. न आंबवलेल्या क्रीमपासूनच्या ताकात स्कीम मिल्कपेक्षा नऊपट जास्त फॉस्फोलिपीड असतात. सदर फॉस्फोलिपीडमध्ये फॅटी ॲसिडची लहान साखळी नसते. ताकातील फॉस्फोलिपीडमध्ये कमी-अधिक प्रमाणात लेसिथीन, स्पिंगोमाईलीन आणि सिफॅलीन एकत्रित असून, थोड्या प्रमाणात सेरिब्रोसाइड बरोबर असतात.
- न आंबवलेल्या क्रीमपासूनच्या ताकात स्कीम मिल्कच्या तुलनेत कमी आम्लता आणि 'कर्ड टेन्शन' असते, मात्र अधिक व्हिस्कॉसिटी असते. ताक आणि स्कीम दुधातील अशा भौतिक-रासायनिक गुणधर्मात फरक असल्यामुळे दुग्धपदार्थात वापरण्यायोग्य उत्पादनाच्या विविध संधी आहेत.

म्हशीपासूनचे स्वीट क्रीम ताक आणि स्कीम मिल्क (सायविरहित दूध) यातील तुलनात्मक प्रमाण

वैशिष्ट्यपूर्ण घटक (टक्के)	ताक	स्कीम दूध
एकूण घनता	९.८८	१०.३८
फॅट	०.५९	०.०९
एकूण प्रथिने	३.७३	४.२७
लॅक्टोज	४.८१	५.२
ॲश (राख)	०.७५	०.८२
फॉस्फोलिपीड (मिलीग्रॅम)	७८.५६	८.६५
आम्लता	०.१२	०.१६
सामू	६.८६	६.६९
कर्ड टेन्शन (g)	१८.८४	६६.८५
रेलेटिव्ह व्हिसकोसिटी (cp ३० सें.)	१.८०	१.६४

ताकापासून पावडर

- स्कीम दुधाच्या कॉन्सन्ट्रेशन आणि स्प्रे ड्रायिंग पद्धतीप्रमाणे न आंबवलेल्या क्रीमपासून ताकाची पावडर करता येते.
- दोन्ही प्रकारच्या पावडरमधील उल्लेखनीय फरक म्हणजे फॅटचे प्रमाण. स्प्रे ड्राइड ताकाची पावडर कमी प्रमाणात मुक्त, वाहती (free flowing) आढळते.

स्वीट क्रीम बटर मिल्क पावडर आणि स्कीम मिल्क पावडर यातील भौतिक-रासायनिक गुणधर्मानुसार फरक

वैशिष्ट्यपूर्ण घटक (टक्के)	स्वीट क्रीम बटर मिल्क पावडर	स्कीम मिल्क पावडर
आर्द्रता	२.५९	२.७५
फॅट	६.३८	१.०५
एकूण प्रथिने	३७.०९	४०.२९
लॅक्टोज	४७.००	४८.१५
अंश राख	६.९४	७.७६
फॉस्फोलिपीड (मिलिग्रॅम)	६२५.२५	९७.१
आम्लता (टक्के) LA)	१.१७	१.३९

गुणवत्तापूर्ण पदार्थासाठी वापरा ताक

ताकाचे मोठ्या प्रमाणात उत्पादन होत असल्यास विक्रीची किंवा बाजारपेठेची समस्या निर्माण होते. यासाठी ताकापासून विविध मूल्यवर्धित पदार्थ तयार करणे किंवा ताकासारख्या उपउत्पादनाचा इतर पदार्थांमध्ये वापर करणे गरजेचे आहे. ताकाचा उपयोग विविध दुग्धजन्य पदार्थांत केल्यास पदार्थाच्या आरोग्यवर्धक गुणधर्मांमध्ये वाढ होते.

ताकापासून विविध मूल्यवर्धित पदार्थांची निर्मिती करता येते. यासोबतच चीज, छन्ना, पनीर, चक्का, गोठवलेले पदार्थ, रसगुल्ला, संदेश अशा विविध पदार्थांमध्ये ताकाचा उपयोग करून पदार्थाची गुणवत्ता वाढवता येते.

१. आंबवलेले दुग्धपदार्थ

- निर्भेळ दुधात स्वीट क्रीम बटर मिल्क वापरून दही बनवल्यास ते मऊ अंगबांधणीचे तयार होते. फॉस्फोलिपीड आणि फॅटच्या बाहेरील आवरणातील घटकांमुळे आणि घुसळल्यामुळे केसीनमधल्या बदललेल्या इलेक्ट्रिक चार्जमुळे हे होत असावे.
- दही लावताना १ ते २% स्कीम मिल्क पावडरचा वापर केल्यास दह्याची अंगबांधणी सुधारते असे संशोधनाअंती सिद्ध झाले आहे. तसेच आंबवलेल्या ताकामध्ये आणि लस्सीमध्ये स्वीट क्रीम बटर मिल्कचा वापर यशस्वीपणे करता येतो.
- लो-फॅट (कमी फॅटचे) योगर्ट तयार करताना ४.८% ताकाची पावडर मिसळल्यास ते मऊ होण्यास मदत होते.

२. चीज

- चीजच्या कठीण प्रकारांमध्ये छेडार आणि गौडा प्रकारच्या चीजमध्ये केसीनचे आणि फॅटचे प्रमाण स्कीम मिल्कच्या मदतीने जुळवून घ्यावे लागते. यासाठी स्कीम मिल्कच्या जागी स्वीट क्रीम बटर मिल्कचा वापर केल्यास मऊ अंगबांधणी मिळते.
- म्हशीच्या दुधाचा आणि स्वीट क्रीम बटर मिल्कचा वापर करून घट्ट व टणक असलेले स्वीकाहार्य छेडार चीज बनवता येते, असे संशोधनातून दिसून आले आहे. या प्रकाराचे छेडार चीज बनवताना सेटिंग करतानाचे तापमान ३३ अंश सेल्सिअस ठेवण्यात आले. प्रति १०० किलो दुधासाठी २% विरजण व ४.५ ग्रॅम रेनेटचा वापर करण्यात आला.

३. छन्ना

- म्हशीच्या दुधापासून तयार केलेला छन्ना कठीण व ग्रीसी (तेलासारखा) असा होतो. म्हशीच्या दुधापासून स्वीकाहार्य गुणवत्तेचा छन्ना बनवताना स्वीट क्रीम बटर मिल्क आणि म्हशीच्या दुधाचे प्रमाण ६० : १०० (एकूण घनतेवर आधारित) असावे.
- फॅट आणि एसएनएफचे प्रमाण १ : २.१ ला समायोजित करून सामू ५.२ सामू नियंत्रित करून ७५ अंश सेल्सिअस तापमानास साकळवून छन्ना बनवावा, असे संशोधनात नमूद करण्यात आले आहे.

४. पनीर

- पनीर तयार करताना म्हशीच्या दुधाचे प्रमाणीकरण करताना फॅटचे आणि एसएनएफचे गुणोत्तर १ : १.६५ एवढे ठेवावे लागते.
- म्हशीच्या दुधाचे प्रमाणीकरण करण्यासाठी स्कीम मिल्कच्या बदल्यात स्वीट क्रीम बटर मिल्कचा वापर करून पनीर तयार केल्यास उतारा १ टक्क्याने वाढतो. शिवाय, पनीरची अंगबांधणी व ज्ञानेंद्रियानुसारच्या गुणधर्मात काहीही बदल होत नाही.
- काही संशोधकांच्या मते फ्राईड पनीर बनवताना म्हशीच्या दुधात ताकाचा १० टक्क्यांपर्यंत वापर केल्यामुळे मऊ अंगबांधणीचा पदार्थ तयार झाला.

५. रसगुल्ला

- मुख्यतः गायीचे दूध छन्न्यासाठी वापरतात. म्हशीचे दूध वापरल्यास छन्न्यामध्ये हवा तसा मऊपणा येत नाही. छन्न्यामध्ये मऊपणा येण्यासाठी काही संशोधकांच्या निष्कर्षानुसार रेफ्रिजरेटरमधला छन्ना घेऊन मळावा. मळताना ६० : १०० या प्रमाणात स्वीट क्रीम ताक आणि म्हशीचे दूध वापरावे.
- छन्न्यामध्ये १ टक्का आरारूट पावडर, १ टक्का मैदा आणि १ टक्का रवा मिसळून लहान गोळे बनवावेत. हे गोळे ५०% साखरेच्या पाकात २० मिनिटे उकळावेत.
- उकळलेले गोळे ४०% साखरेच्या पाकात तीन ते चार तास मुरवत ठेवावेत.

६. संदेश

स्वीट क्रीम ताक आणि म्हशींचे दूध ६० : १०० प्रमाण घेऊन छन्ना बनवून मऊ कणकेसारखे मळावे. त्यामध्ये ३०% साखर मिसळून ७५ अंश सेल्सिअस तापमानाला १० मिनिटे गरम करावे.

७. चक्का

चक्का बनवताना म्हशीच्या दुधापासून बनवलेले स्कीम मिल्क वापरण्यापेक्षा ५०% स्वीट क्रीम ताकाचा वापर केल्यास चांगल्या फ्लेवरचा (चव + सुगंध) आणि चांगल्या अंगबांधणीचा चक्का मिळतो. काही संशोधकांच्या मते, स्वीट क्रीम ताकापासून (१५% एकूण घनता) चांगल्या प्रतीचे श्रीखंड बनवता येते.

८. गोठवलेले पदार्थ

स्कीम मिल्क सॉलिडच्या जागी स्प्रे ड्राइड व्हे प्रथिनांची पावडर (WPC) आणि स्वीट क्रीम ताकाचा वापर करून आइस्क्रीम तयार करता येते.

९. विविध पेये

विविध प्रकारचे फळांचे रस ताकामध्ये वापरता येतात. ताकामध्ये लिची (३०%), केळी (२०%), पेरू (१०%), सफरचंद (३०%) आणि आंबा (२०%) रसाचा वापर करता येतो. याव्यतिरिक्त १५% कोकम सिरप, १०% काजू सिरपचा ताकात वापर करणे योग्य असल्याचे संशोधनातून दिसून आले आहे.

■

ओळख दुर्लक्षित, पारंपरिक दुग्धपदार्थांची

नावीन्यपूर्ण पदार्थ जपत, वैशिष्ट्यांसह प्रमाणित होत असतानादेखील पारंपरिक दुग्धपदार्थ आपले स्थान टिकवून आहेत. असे जरी असले तरी काही दुग्धपदार्थ नुकतेच विकसित करण्यात आले आहेत. काही दुग्धपदार्थ एखाद्या भागापुरतेच मर्यादित राहिले. अशा दुग्धपदार्थांना 'निम्नोपयोगित, दुर्लक्षित दुग्धपदार्थ' म्हटले जाते. असे विविध प्रसिद्ध आणि निम्नोपयोगित पारंपरिक भारतीय दुग्धपदार्थ आहेत.

प्राचीन काळापासून दुधाचा वापर करून अनेकविध पदार्थ तयार केले जातात. पारंपरिक दुग्धपदार्थ हे देशाची परंपरा, पौष्टिकता आणि आर्थिक वारशाचा एक भाग म्हणून समजले जातात. सदरच्या अनेक मिठायांचे पारंपरिक ज्ञान हे वर्षानुवर्षे एका पिढीकडून दुसऱ्या पिढीकडे हस्तांतरित होत असते. परंतु, या ज्ञानाचा वापर, हस्तांतर, परंपरा ही अनियोजित क्षेत्रात जास्त आहे. अशा विविध दुग्धपदार्थांत मुख्यतः छन्ना आणि खवा हे दुग्धपदार्थ पाया म्हणून किंवा आत भरावयाचे सारण (स्टफिंग) म्हणून वापरले जातात.

छन्ना, खवा आणि दूध आधारित दुर्लक्षित दुग्धपदार्थ

छन्ना आधारित दुग्धपदार्थ		खवा आधारित दुग्धपदार्थ		दुधावर आधारित	
प्रसिद्ध	**प्रादेशिक**	**प्रसिद्ध**	**प्रादेशिक**	**प्रसिद्ध**	**प्रादेशिक**
रसगुल्ला	खीरमोहन	कालाजामून	कपूरकंद	खीर पायसम	कराड खीर
रसमलाई	छन्ना खीर	गुलाबजाम	खवा जलेबी	बासुंदी	काश्मिरी केसर फिरनी
राजभोग संदेश	छन्ना पकोडा	पंतुआ	कुंदा	रबडी	हलवासन
छन्ना मुरकी	रसबाली छन्ना	लालमोहन	बालमिठाई		थाबडी
चमचम	बलसाही	बर्फी, कलाकंद	दोडाबर्फी		
छन्नापोडी		मिल्ककेक, पेढा			

छन्नाआधारित दुर्लक्षित दुग्धपदार्थ

बलसाही

छन्ना आधारित उत्तर बिहारचा हा प्रसिद्ध पदार्थ आहे. काही हलवायांचे बलसाही बनवण्याचे गुप्त तंत्र आहे. उत्तम गुणवत्तेची बलसाही म्हशीच्या दुधापासून बनवलेला छन्ना वापरून करतात, जी थोडी कठीण अंगबांधणीची आणि मऊ पोताची असते. काही वर्षांपूर्वी बलसाही बनवण्याच्या पद्धतीचे प्रमाणीकरण करण्यात आले. या पद्धतीत दूध ८५ अंश सेल्सिअस तापमानाला तापवून सायट्रिक ॲसिडने ८० अंश सेल्सिअस तापमानाला साकळवतात. बनवलेल्या छन्न्यात १२% रवा, १५% साखर घेऊन मळून एकसंध, मऊ कणकेसारखा गोळा तयार करतात. यानंतर ८ ते १० ग्रॅमच्या वजनाचे गोळे बनवतात. तयार गोळे दोन्ही तळहाताने एक मिनीट फिरवून घ्यावेत. गोळ्यांना भेगा पडणार नाहीत याची काळजी घ्यावी. गोळे ७०% साखरेच्या उकळत्या पाकात ४०-४५ मिनिटे शिजवावेत. पाकात शिजवताना थोडे-थोडे पाणी शिंपडत राहावे. सुरुवातीला गोळे तळाला राहतात, काही मिनिटांनी ते वर तरंगण्यास सुरुवात होते. ४० ते ४५ मिनिटे शिजवल्यानंतर गोळे ५०% साखरेच्या पाकात मुरवण्यास ठेवतात. मुरवण्यासाठी साधारण खोली तापमानास १ ते २ तास आवश्यक असतात. यानंतर बलसाही ८ अंश सेल्सिअस तापमानाला साठवतात.

कराड खीर

महाराष्ट्राच्या आदिवासी भागात पारंपरिकरीत्या बनवला जाणारा हा पदार्थ आहे. कराड खीर ही दूध आणि करडईपासून बनवतात. करडई हे लिलोनिक ॲसिड आणि विटॅमिन 'एफ'चा स्रोत आहे. ५% फॅट आणि ९% एसएनएफचे प्रमाणित केलेले दूध घेऊन गरम करताना त्यात ९% साखर मिसळून ०.३% वेलची टाकावी. संशोधनानुसार ६० भाग दूध आणि ४० भाग करडई घेऊन हा पदार्थ तयार केला गेला.

खव्यावर आधारित दुर्लक्षित दुग्धपदार्थ

थाबडी

हा मूळचा गुजरात राज्यातील पदार्थ आहे. हा दुग्धपदार्थ तपकिरी रंगाचा, शिजवलेला, तुपासारखा तेलकट फ्लेवर असलेला मऊ, रवाळ पोत असलेला असतो. दूध आटवून त्यात ८% साखर मिसळली जाते. पदार्थाचा कणीदार किंवा रवाळ पोत होण्यासाठी २० मिनिटे गरम करून (या दरम्यान १.२% तूप टाकले जाते) आटवले जाते. त्यामुळे आर्द्रता कमी होऊन पदार्थ रवाळ अंगबाधणीचा होतो.

काश्मिरी केशर फिरनी

जम्मू आणि काश्मीरमध्ये दुधापासून बनवलेला पारंपरिक दुग्धपदार्थ भाताच्या खिरीसारखा आहे. रवा, साखर, केशर आणि सुका मेवा टाकून ही फिरनी बनवतात. त्यामुळे दुधाला थोडा घट्टपणा येतो. ५.५% फॅट आणि ९% एसएनएफ असलेले दूध घेऊन त्यात ७.५% रवा, साखर १०%, केशर ०.०१% आणि ४% सुका मेवा (आणि बेदाणे २ : १ प्रमाणात) घ्यावा. उकळत्या दुधात थोडा-थोडा रवा मिसळावा. या दरम्यान दूध सतत १० मिनिटे ढवळत राहावे, जेणेकरून गुठळ्या होणार नाहीत. थोड्या गरम दुधात केशर भिजवून नंतर ते टाकावे आणि दूध पाच मिनिटे उकळत ठेवावे. तयार झालेला दुग्धपदार्थ एलडीपीई पाऊचमध्ये पॅक करावा. पदार्थ ४ ± १ अंश से. तापमानास ठेवल्यास ८ दिवसांपर्यंत टिकतो.

हलवासन

गुजरातच्या प्राचीन खंबाट बंदर या ठिकाणचा मूळ पदार्थ म्हणून हलवासन प्रसिद्ध आहे. दूध आटवून दुधात अंकुरलेले गहू (गडद तपकिरी ते तपकिरी पिवळसर रंग, चिकट, चिवट आणि घट्ट पोत) मिसळून हा पदार्थ बनवतात. संशोधनातील पद्धतीनुसार, मैदा आणि अंकुरीत गहू वापरला गेला. अंकुरित गहू (भालीया गहू) ५० ते ५५ अंश सेल्सिअस तापमानाला सुकवून कोमट दुधात (६% फॅट आणि ९% एसएनएफ) मिसळावा. हे मिश्रण ९० अंश सेल्सिअस तापमानाला हळूहळू शिजवावे. या प्रक्रियेदरम्यान गुठळ्या होणे, चिकटणे आणि भांड्याच्या तळास मिश्रण लागू न देणे याची काळजी घ्यावी. यानंतर साखर, वेलची, जायफळ, केशर गरजेनुसार मिसळावे. तयार झालेला पदार्थ (२०-२५ ग्रॅम) गोलाकार, सपाट करून काजू, बदाम, पिस्ता इत्यादीच्या बारीक तुकड्यांनी सुशोभित करावा.

खीर मोहन

पूर्व राजस्थान भागात तयार होणारा हा प्रसिद्ध दुग्धपदार्थ आहे. पूर्व राजस्थानातील सवाई माधोपूर, कोटा, जयपूर, दौसा, करोली या शहरांत उपलब्ध आहे. परंतु, गंगापूर शहर या पदार्थांच्या उत्पादनासाठी प्रसिद्ध आहे.

खीर मोहनचे ज्ञानेंद्रियांनुसार ठरावीक गुणधर्म

फ्लेवर (चव + गंध) : शिजवलेले / कॅरामलाईझ, माफक प्रमाणात गोड, आल्हाददायक चव.

अंगबांधणी : थोडी कठीण, दाट, चिवट, रवाळ आणि नॉन-इलास्टिक

आकार : गोलाकार, असमान पृष्ठभाग

रंग आणि एकूण दिसणे : मध्यम तपकिरी पापुद्रा व आतील भाग हलकासा तांबूस.

खीर मोहन बनवण्यासाठी म्हशीचे दूध गरम करून थंड करतात. दूध नंतर साकळवून घेतात. साकळवताना आदल्या दिवशीच्या छन्न्याची निवळी वापरतात. साकळवल्यानंतर छन्न्यात साखर आणि रवा मिसळून फॅट वेगळे होईपर्यंत मळून घेतात. छन्न्याचे गोळे बनवताना तळहात तेलकट होणे म्हणजे फॅट वेगळे होणे होय. सदरचे लहान गोळे साखरेच्या पाकात विशिष्ट रंग येईपर्यंत उकळवून घ्यावेत. यानंतर रात्रभर पाकात गोळे मुरवून बाहेर काढतात.

कपूरकंद

कपूरकंदला दुधीपासून बनवलेली बर्फीदेखील म्हणतात. ही मिठाई उत्तर-मध्य भारतातील काही भागांत प्रसिद्ध आहे. काही वर्षांपूर्वी कपूरकंद बनवण्याच्या पद्धतीचे प्रमाणीकरण करण्यात आले. ही मिठाई बनवण्यासाठी दुधी भोपळ्याची साल काढून पेस्ट तयार केली जाते. ५% फॅट आणि ९% एसएनएफ

असलेल्या दुधामध्ये (७० भाग दूध आणि ३० भाग दुधी) दुधीची पेस्ट मिसळतात. मिश्रण एकजीव करत असताना १२ ते १६% साखर मिसळतात. मिश्रण एकसंध, न चिकटणारे होईपर्यंत हलवावे. तूप लावलेल्या ट्रेमध्ये हे मिश्रण टाकावे. थोड्या वेळाने वड्या पाडून पॅक (बटर पेपर, कार्डबोर्ड बॉक्स) करावे. संशोधनानुसार, ७० : ३० गुणोत्तराचे (दूध + पेस्ट) कपूरकंद ज्ञानेंद्रियांच्या कसोट्यांनुसार गुणवत्तापूर्ण असे आढळले. तयार झालेला पदार्थ २२ ते २६ अंश सेल्सिअस तापमानाला १५ दिवस तर ४ ते ६ अंश सेल्सिअस तापमानाला ५६ दिवस टिकतो.

जम्मू-काश्मीरचा दुग्धपदार्थ 'कराडी'

'कराडी' हा पर्यटकांचे प्रमुख आकर्षण असलेला जम्मू-काश्मीरचा पारंपरिक दुग्धपदार्थ आहे. यास 'कलारी', 'क्राडी' असेही संबोधतात. जम्मू आणि काश्मीरमधील लोकांनीच या पारंपरिक दुग्धपदार्थास 'कराडी' हे नाव दिले आहे. हा पदार्थ दूध गरम करून, दूध साकळवून तयार केला जातो. या दुग्धपदार्थास श्रीनगर भागात 'मॉश क्ररेर'देखील म्हणतात. 'मॉश' म्हणजे म्हैस आणि 'क्ररेर' म्हणजे 'कराडी' होय. तसेच, जम्मूतील पर्वत भागात यास 'कलारी' असे म्हणतात. परंतु या दुग्धपदार्थाचे सर्वसाधारण नाव, संबोधन 'कराडी' होय.

- कराडी दुग्धपदार्थ ताजे अनरायपन (न आंबवलेले) चीज या प्रकारात मोडतो.
- कराडी तयार करताना, दूध साकळवताना लस्सीचा /आंबट ताकाचा वापर करून साकळलेल्या भागाचा गोळा बनवला जातो. नंतर त्याचे लहान गोळे बनवून गोलाकार आकार दिला जातो. याचा व्यास ५-२० सेंमी असतो आणि जाडी साधारण ०.२ ते २.५ सेंमी असते.
- कराडी हा दुग्धपदार्थ शोफीयन, कुपवाडा, पहलगाम, पूँछ आणि राजौरी भागातील गुज्जर आणि बकरवाल या आदिवासी जमातीत प्रामुख्याने बनवला जातो. गुज्जर आणि बकरवाल या मागासलेल्या गरीब जातीच्या समाजात अर्थार्जनाचा मुख्य स्रोत हा दूध व दुग्धपदार्थ विकून होतो.
- कराडी 'फिस्ट' म्हणून किंवा लग्नातील जेवणात किंवा महत्त्वाच्या व्यक्तींसाठीच्या जेवणात समावेश करण्यासाठी वापरला जातो.
- कराडी बनवण्याची कला ही परंपरागतरीत्या हस्तांतरित केली जाते. हा पदार्थ बनवण्यासाठी उन्हाळा हा सर्वोत्तम काळ समजला जातो. परंतु जर कच्चा माल उपलब्ध असेल तर वर्षभर हा पदार्थ बनवता येतो.
- कराडी हा सर्व समाजात तसेच गरीब, श्रीमंत या सर्व स्तरांत पसंत केला जाणारा पदार्थ आहे. सदर पदार्थ आहे तशा स्थितीत किंवा अनेक काश्मिरी पदार्थ बनवताना वापरला जातो. तसेच, मसाल्यांसोबत फ्राय करूनदेखील खाल्ला जातो.
- कराडी हा 'अयीब' (Ayib) या इथियोपियातील मऊ प्रकारातील चीजशी मिळताजुळता आहे. 'अयीब'मध्ये पाणी ७६%, प्रथिने १४%, स्निग्धांश ७% आणि राखेचे प्रमाण २% असते.
- कराडी हा दुग्धपदार्थ आरोग्यवर्धक मानला जातो. तसेच डायरियाप्रतिबंधक, सरदीनिवारक (anticold), खोकलाविघातक गुणधर्म असलेला समजला जातो.

काही पैलूतून, दृष्टिकोणातून कराडी हा

रिकोटा, मोझारेला चीजसारखा आहे. या पदार्थाचा एकसारखेपणा हा पदार्थ तयार करण्यासाठी वापरल्या जाणाऱ्या दुधातील घटक आणि गुणवत्तेवर आधारित असतो. या पदार्थात आर्द्रतेचे प्रमाण जास्त असते. परंतु, काही वेळेस या पदार्थास उन्हात सुकवून नंतर कधीतरी तो उपयोगात आणला जातो. सदर दुग्धपदार्थ जम्मू आणि काश्मीरच्या बाजारपेठेत चार वेगवेगळ्या भागातून (शोफीयन, पहलगाम, राजौरी आणि पूँछ) येतो. या विविध भागांतून उत्पादित केल्या जाणाऱ्या 'कराडी'ची चव, आकार, ढब, ज्ञानेंद्रियांनुसार चव, भौतिक, रासायनिक, सूक्ष्मजीव, रंग आणि अंगबांधणीत भिन्नता आढळते.

सर्वेक्षण, संदर्भानुसार शोफीयन या भागातील नमुने आंबवलेले, वरील आणि खालील भाग तकतकीत आढळला. पहलगाममधील नमुने कर्डी (दह्यासारखे) धुरी दिल्यासारखे मऊ आणि तकतकीत आढळले. राजौरीमधील नमुने मात्र पिठूळ, कठीण कवचाच्या फळासारखा, थोडीशी बुरशी आलेला, अस्वच्छ असे आढळले; तर पूँछ भागात चुरा होणारा, फुटणारा, रबरासारखा आणि पेस्टी आढळला.

कराडी बनवण्याच्या पारंपरिक पद्धतीत अनेक मर्यादा आढळतात. याकरिता व्यावसायिक उत्पादनासाठी कराडी बनवण्याच्या पद्धतीवर संशोधन केले गेले. यामुळे कराडी– चीजच्या प्रकारातील महत्त्वाचा पारंपरिक भारतीय दुग्धपदार्थ नकाशावर येण्यास मदत होईल.

राष्ट्रीय डेअरी अनुसंधान संस्था, कर्नाल येथे वेगवेगळ्या फॅटनुसार, विरजणाचा वापर करून (NCDC-167/NCDC-144) साकळवण्याचा सामू आणि तापमान इत्यादी बाबींवर भर देऊन पद्धत विकसित केली गेली.

ज्ञानेंद्रियांनुसार सर्वोत्तम गुणवत्ता असणारा, जास्तीचा उतारा, कमी आम्लता, कमीत कमी फॅटचे लिकेज, योग्य कठीणपणा, रंग इत्यादी महत्त्वाच्या गोष्टी कराडीमध्ये येण्यासाठी फॅट १.५-२.५%, विरजण असलेले स्किम मिल्क फॅटचे प्रमाण १.३६-३.०, साकळवण्याचा सामू ५.०-५.४ आणि तापमान ६०-७० अंश से. इत्यादी बाबी पाळाव्या लागतील. व्यावसायिक उत्पादनासाठी NCDC-167 या विरजणाचा वापर केल्यास उत्तम.

कराडीची टिकवणक्षमता

कराडीतील घटकांचे प्रमाण

स्निग्धांश (फॅट) : ७-२८.८३%, प्रथिने : २०-३२.३७%, आर्द्रता : ४४.९१-५९.०४%, राख : १.२६-१.६६%, दुग्धशर्करा (mg%) : ०.६१-१.३७%, ॲसिडिटी (आम्लता) (% LA) : ०.५१-५.५७%

व्हॅक्यूम पॅक केलेला कराडी २५ अंश से. तापमानास २० दिवस टिकतो, तर ५ अंश से. तापमानास १६ आठवडे टिकू शकतो. व्हॅक्यूम पॅक न केलेला कराडी २५ अंश से. तापमानास १५ दिवस टिकतो, तर ५ अंश से. तापमानास १४ आठवडे आणि –२० अंश से. तापमानास टिकवल्यास ६ महिन्यांपर्यंत टिकतो. ■

विभाग ४
दुग्धपदार्थांचे गुणवत्ता मापन

गुणवत्तापूर्ण दुग्धपदार्थांसाठी ज्ञानेंद्रियांनुसार मूल्यमापन

> ज्ञानेंद्रियांनुसार मूल्यमापनामुळे आपण तयार केलेल्या दुग्धपदार्थांतील उणिवा समजतील. त्या उणिवांची कारणे आणि त्यावर मात कशी करावी, यावर विचार होऊन पदार्थाची गुणवत्ता वाढण्यास मदत होईल.

अन्नशास्त्र व दुग्धपदार्थ निर्मिती व्यवसायाच्या दृष्टीने ज्ञानेंद्रियांनुसार मूल्यमापन (sensory evaluation) हे एक महत्त्वाचे विज्ञान आहे. ज्ञानेंद्रियांनुसार मूल्यमापन कसे करावे? मूल्यमापनाच्या पद्धती, त्यांचे उद्देश, पदार्थानुसार बदलणारी पद्धती, वैशिष्ट्ये, पदार्थांच्या मूल्यमापनादरम्यान वापरले जाणारे शब्द व त्यांचे अर्थ संख्याशास्त्र इत्यादी अनेक गोष्टींचा यात समावेश होतो.

अनेक ठिकाणी काही दुग्धपदार्थ-उद्योजक नावीन्यपूर्ण दुग्धपदार्थ विकत असतात. अनेक ठिकाणी बनवण्याच्या विशिष्ट पद्धतीमुळे पदार्थाला वेगळी चव, गुणवत्ता मिळते; तर काही वेळा एखाद्या विशिष्ट गुणवत्तेसाठी पदार्थ बनवण्याच्या पद्धतीत थोडा बदल करावयाचा असतो. अशा अनेक कारणांसाठी ज्ञानेंद्रियांनुसार मूल्यमापन आवश्यक आहे. या मूल्यमापनामुळे पदार्थात नक्की काय कमी आहे, किंवा तो कसा नसावा, याचा उलगडा होऊन गुणवत्ता टिकवण्यास मदत होते.

ज्ञानेंद्रियांनुसार मूल्यमापन

- ज्ञानेंद्रियांनुसार मूल्यमापन म्हणजे पदार्थाचा रंग, गंध, चव, अंगबाधणी, पोत (स्पर्शानुसार) या वैशिष्ट्यांनुसार तपासणी करणे होय. आपण पदार्थ चाखताना नकळत या गोष्टी अमलात आणत असतो. याच गोष्टींची शास्त्रीय पद्धतीने तपासणी करणे यात अपेक्षित असते.
- मूल्यमापनात पातळ दुग्धपदार्थांसाठी चव (यात गंधाचादेखील समावेश असतो), सुसंगता, रंग आणि एकूण पदार्थांचे दिसणे ही वैशिष्ट्ये समाविष्ट असतात. घन दुग्धपदार्थांसाठी चव + गंध, पदार्थांची अंगबांधणी, पोत तसेच रंग आणि एकूण दिसणे, ही वैशिष्ट्ये समाविष्ट असतात. या नमूद केलेल्या वैशिष्ट्यांनुसार पदार्थांचे गुण, अवगुण हेरून मूल्यमापन होते. साधेच वाटणारे हे काम प्रत्यक्षात विश्लेषणात्मकरीत्या एकाग्रतेने करावे लागते.

ज्ञानेंद्रियांनुसार मूल्यमापन का करावे?

- आपल्या उत्पादित दुग्धपदार्थांची गुणवत्तेची श्रेणी तपासण्यासाठी.
- तयार केलेल्या दुग्धपदार्थांचे (छोट्या / मोठ्या प्रमाणात) नमुने सुधारण्यासाठी.
- आपल्या उत्पादनाला मिळणारा ग्राहकांचा प्रतिसाद तपासण्यासाठी.
- तयार केलेला अंतिम पदार्थ मूळ तपशिलानुसार आहे का, हे तपासण्यासाठी.

ज्ञानेंद्रियांनुसार मूल्यमापन कसे करावे ?

- मूल्यमापनासाठी आपण कुठली पद्धत वापरणार ते ठरवणे. उदाहरणार्थ, परफॉर्मन्स टेस्ट – ज्यात ग्राहकाला पदार्थ आवडला आहे किंवा नाही, हे ठरवण्यासाठी 'डिस्क्रिमिनेशन (भेद करण्याची) टेस्ट'; ज्यात विशिष्ट गुणवैशिष्ट्यांनुसार पदार्थांत योग्य-अयोग्य भेद करण्यासाठी.
- स्वच्छ, शांत, पुरेसा प्रकाश असलेल्या खोलीत अथवा प्रयोगशाळेत पदार्थाचे मूल्यमापन करावे. या ठिकाणी कुठल्याही पदार्थाच्या गंधाचा, इतर सुगंधांचा वावर नसावा, ज्यामुळे मूल्यमापनात अडथळा येईल.
- मुबलक प्रमाणात पिण्याच्या पाण्याची व्यवस्था असावी.
- दुग्धपदार्थांचे नमुने (samples) सांकेतिक भाषेत मांडावेत; जेणेकरून परीक्षकांचे नमुन्यांविषयी पारदर्शक मत व्यक्त होईल.
- परीक्षकाने एका वेळेस एकच नमुना मूल्यमापनासाठी घ्यावा.
- शास्त्रीयदृष्ट्या वरीलप्रमाणे अनेक बाबींचा समावेश यात असतो.

विविध पदार्थांचे वैशिष्ट्य व गुणधर्म यानुसार पोत व अंगबांधणी

- तक्त्यात पोत व अंगबांधणीची परिभाषा दिली आहे. याच प्रकारे चव + गंध, पदार्थाचा रंग, दिसणे या संबंधीच्या अनेक संज्ञा पदार्थानुसार बदलतात. यानुसार पदार्थातील दोष, उणिवा सहज हेरल्या जाऊन परीक्षण परिपूर्ण होते.
- परीक्षण करणाऱ्या परीक्षकांचे वेगवेगळे पॅनल असतात. यात प्रशिक्षित पॅनल, अर्धप्रशिक्षित पॅनल, ग्राहकांचे पॅनल यांचा समावेश असतो. या पॅनल निवडीसाठी चाचणी घेता येते.
- परीक्षकास मूल्यमापनात रस असावा. त्याची अन्नासंबंधी वृत्तीही अत्यंत आवड किंवा प्रचंड नावड अशी टोकाची असू नये, असे परीक्षक घेऊ नयेत. परीक्षकास दुग्धपदार्थांचे बऱ्यापैकी पायाभूत ज्ञान असावे. तसेच, त्यास कुठलाही आजार नसावा. त्यास ॲलर्जी नसावी. असा परीक्षक निवडल्यास परीक्षण चांगले होईल.

गाजर	कडक, करकरीत
बटर	मऊ
टॉफी	चिकट (Gummy)
बिस्कीट	ठिसूळ (Brittle)
रसगुल्ला	मऊ, स्पंजासारखा
संत्रा	रसदार
आंब्याचा रस	पेस्टसारखा
रवा	रवाळ (Grainy)
मीठ	बारीक रवाळ

ज्ञानेंद्रियांनुसार मूल्यमापनाची उपयुक्तता

- कच्च्या मालाची तपासणी करण्यासाठी.
- नावीन्यपूर्ण पदार्थ विकसित करण्यासाठी.
- विद्यमान किंवा सध्याचा पदार्थ विकसित अथवा पुन्हा नावीन्याने तयार करण्यासाठी.
- पदार्थाचा उत्पादन खर्च कमी करण्यासाठी
- गुणवत्तेच्या हमीसाठी व खातरीसाठी.
- पदार्थाचे पॅकेजिंग मटेरिअल ठरवण्यासाठी.
- आपला दुग्धपदार्थ कधीपर्यंत टिकतो हे ज्ञानेंद्रियांनुसार ठरवण्यासाठी.
- पदार्थाचे पृथक्करण, उपकरण आणि ज्ञानेंद्रिय यांनुसार मूल्यमापन. या तिन्हीमधला संबंध शोधून त्याचे निष्कर्ष पदार्थांच्या गुणवत्तेसाठी उपयोगात आणण्यासाठी.

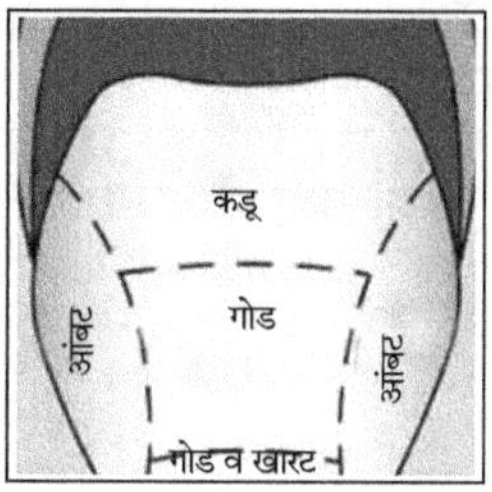

नाइन पॉइंट हेडॉनिक स्केल

- विविध दुग्धपदार्थांच्या मूल्यमापनासाठी विविध मूल्यमापन पद्धती आहेत; परंतु सर्वसाधारण, समजण्यास, समजावून देण्यास सोपी अशी मूल्यमापन पद्धती म्हणजे '९ पॉइंट हेडॉनिक स्केल'.
- अन्नासंबंधीची स्वीकाहार्यता ठरवण्यासाठी '९ पॉइंट हेडॉनिक स्केल'चा वापर होतो. डेव्हिड पेरयाम आणि इतर शास्त्रज्ञांनी मिळून ही विशिष्ट अशी मोजमाप करणारी पद्धत 'क्वार्टरमास्टर फूड अॅण्ड कंटेनर इन्स्टिट्यूट' यूएसए येथे विकसित केली.
- ही पद्धत समजण्यासाठी, अमलात आणण्यासाठी आणि पदार्थांची ज्ञानेंद्रियांनुसार गुणवत्ता ठरवण्यासाठी अत्यंत चांगली व सोपी आहे. या शास्त्रीय पद्धतीचा वापर आपल्या व्यवसायात करून आपल्या उत्पादित दुग्धपदार्थांची गुणवत्ता जोपासता आणि वाढवता येईल.

नाइन पॉइंट हेडॉनिक स्केल

परीक्षकाचे नाव : दिनांक :

दुग्धपदार्थाचे नाव : वेळ :

वैशिष्ट्य	**नमुना क्रमांक**			
	१	२	३	४
चव + गंध (फ्लेवर)				
अंगबांधणी, पोत किंवा सुसंगता				
रंग आणि दिसणे				

न आवडणे	१
खूपसा न आवडणे	२
माफक प्रमाणात न आवडणे	३
अल्पसा / किंचित न आवडणे	४
आवड, नावड यापैकी कोणताही नाही	५
अल्पसा / किंचित आवडणे	६
माफक प्रमाणात आवडणे	७
खूपसा आवडणे	८
अत्यंत आवडणे	९

टीप : या मूल्यमापनानुसार ७ ते ९ गुण मिळाल्यास पदार्थ चांगला ते उत्तम झाला असे समजावे.

■

ओळखा दह्याचे वैशिष्ट्यपूर्ण गुणधर्म

> रासायनिक, सूक्ष्मजीवशास्त्रीयदृष्ट्या दह्याची गुणवत्ता तपासणीसाठी प्रयोगशाळेची मदत घ्यावी लागते. परंतु, ज्ञानेंद्रियांनुसार तपासणीसाठी खर्च करावा लागत नाही. यासाठीच्या तपासणीसाठी सरावाने आपणास गुणवत्तेसंबंधी आडाखे बांधता येतात.

दही जसे आहे त्या स्थितीत खाल्ले जाते; तसेच ते अनेक पदार्थ बनवण्यासाठीही वापरले जाते. दही विकणारे, विकत घेणारे, तसेच उत्पादकांना दह्यातील दोष व गुणवत्तेची शास्त्रीयदृष्ट्या तपासणी करता यावी यासाठी ज्ञानेंद्रियांनुसार दह्याची तपासणी, त्याची पद्धत सविस्तरपणे माहीत असणे आवश्यक आहे. ज्ञानेंद्रियांनुसार दह्याचे इष्ट वैशिष्ट्यपूर्ण गुणधर्म माहीत असल्यास शास्त्रीय कसोटीनुसार दह्याची गुणवत्ता जोखून ती वाढवण्यास मदतच होईल.

दह्याचा फ्लेवर (चव + सुगंध)

चांगल्या गुणवत्तेचे दही हे आल्हाददायक, गोडसर, सुगंधी, सौम्य, स्वच्छ आम्लयुक्त असते. दह्यामध्ये चांगला डाय ॲसिटाइल फ्लेवर अपेक्षित असतो. कुठल्याही इतर वासापासून ते मुक्त असते. कडवटपणा, कच्चेपणा, ईस्टसारखा तीक्ष्ण आणि अस्वच्छ असा 'ऑफ फ्लेवर' दह्याला नसतो.

अंगबांधणी आणि पोत

- निर्भेळ दुधापासून जेव्हा चांगले दही बनवले जाते ते कमकुवत जेलसारखे नसावे. अंगबांधणी घट्ट, एकसंध आणि त्यामध्ये हवेचे बुडबुडे नसलेले असावे. दही कापल्यानंतर कडा स्वच्छ आणि तीक्ष्ण असाव्यात. वरचा पृष्ठभाग हा मऊ असावा (शक्यतो क्रीमी लेअर असल्यास उत्तम).
- दही कणीदार किंवा ढेकळासारखे, धाग्यासारखे, आकसलेले, पातळ आणि खूपसे पाणी सुटलेले असू नये.

आम्लता

चांगल्या गुणवत्तेच्या दह्याची आम्लता ०.७५ ते ०.८५% या दरम्यान असावी. जास्त आम्लता असल्यास चवीमध्ये आंबटपणा आणि तीक्ष्ण तुरटपणा जाणवतो.

रंग आणि आकर्षकपणा

गायीच्या दुधापासून बनवलेले दही क्रिमी, पिवळसर रंगाचे आणि म्हशीच्या दुधापासून बनवलेले दही क्रिमी पांढरे असते. दह्याचे दिसणे आकर्षक असावे, भेसळ केलेली नसावी. पृष्ठभाग मऊ आणि तकतकीत असावा, कडेला निवळी नसावी. ग्राहक बऱ्याच वेळेस दह्यावरील क्रीमी लेअरनुसार (वरच्या सायीनुसार) दह्याचे परीक्षण करतात.

फ्लेवरशी संबंधित दह्याचे अस्वीकाहार्य गुणधर्म

जास्त आम्लता (ॲसिड)

दह्यातील प्रथिने साकळण्यासाठी काही प्रमाणात आम्लाची (०.७५-०.८५%) आवश्यकता असते. जर दह्याची आम्लता जास्त असेल तर चवही जास्त आंबट असते.

दही जास्त आम्लयुक्त होण्याची कारणे

- दही लावतानाचे कमी किंवा जास्त तापमान असणे
- दही लागल्यानंतर दही लावतानाचे हळू / अपुरे कुलींग न होणे
- साठवणुकीदरम्यानचे तापमान

कमी आम्लता

- दह्यास अनुकूल अशी आम्लयुक्त चव असावी. ग्राहक कमी आम्लता असलेले दही सहज ओळखतात.
- विरजणाची कमी क्रियाशीलता, सॅनिटाइझिंग घटकाचे प्रमाण, प्रतिजैविके, शिळ्या दुधाचा वापर केल्यामुळे दह्याला कमी आंबटपणा येतो.
- शिळ्या दुधापासून बनवलेल्या दह्याची टिकवणक्षमता कमी असते. दह्यामध्ये या प्रकारचे दोष आढळू नयेत यासाठी ताजे घटक वापरावेत.

पुरेसा फ्लेवर नसणे

दुधातील सिट्रेटचे प्रमाण कमी असणे, डाय ॲसिटाइल कंपाउंडचे प्रमाण कमी झाल्यामुळे दह्याला वैशिष्ट्यपूर्ण फ्लेवर जाणवत नाही. योग्य विरजण वापरून आणि दही लागल्यानंतर जलद थंड करून हा दोष कमी करता येतो.

कडवटपणा

जिवाणूंचा प्रादुर्भाव झालेले दूध वापरल्यामुळे, दही उच्च तापमानास साठवल्यामुळे दह्याची चव कडवट लागते.

दह्याला शिजवल्यासारखा वास येणे

दह्याला हलकासा शिजवल्यासारखा फ्लेवर येणे इष्ट समजले जाते. परंतु खूप जास्त शिजवल्यासारखा फ्लेवर आल्यास अशा दह्याचा वास कॅरामलाइज शुगर, बटरस्कॉच, अंड्यासारखा येतो.

- दह्याचा खूप कमी सामू असल्यामुळे दही लागण्याचा कालावधी दीर्घ काळ लांबतो. दही लागताना व्यत्यय येणे, जास्त उष्णता, साठवणुकीदरम्यान तापमानातील चढउतार इत्यादीमुळे दह्यातून हिरवट पिवळसर द्रव वाहतो.
- जास्तीचे इक्झोपॉलीसॅकराईड निर्माण करणारे विरजण वापरल्यामुळे दही जेलसारखे किंवा अतिघट्ट होते.
- योग्य प्रमाणात न तापवता तयार केलेले दही, एसएनएफ कमी असलेले दूध वापरून तयार केलेले दही खूप पातळ होते.
- दह्यातील हा दोष तपासण्यासाठी चमच्याचा खालचा भाग दह्याच्या वर ठेवावा व चमचा उचलावा. जर धाग्यासारखे (दोन इंचाएवढा लांब) जाणवले तर हे दही धाग्यासारखे आहे असे समजावे. अस्वच्छ विरजण वापरल्यामुळे व जास्त एक्झोपॉलीसॅकराइड असलेले दूध वापरल्यामुळे दह्यामध्ये हा दोष निर्माण होतो.
- स्कीम मिल्क पावडरचा जास्त वापर केल्यामुळे दही खडू पावडरसारखे जाणवते.

ज्ञानेंद्रियांनुसार दह्याच्या तपासणीचे तंत्र

- प्रथमतः कंटेनरचे बाहेरून निरीक्षण करावे. पॅकेजवर डाग वगैरे आहेत का, याची तपासणी करावी. पॅकेजवरील उत्पादनाची तारीख वाचता येण्याजोगी आहे का, आणि ती योग्य ठिकाणी आहे का, याचेही निरीक्षण करावे.
- कंटेनरच्या आतील दह्यास अडथळा न करता

उघडावे. यानंतर दह्याच्या सुगंधाची नोंद करावी. वरील बाजूने निरीक्षण नोंदवावे, उदाहरणार्थ, निवळी वेगळी झाली आहे का?, यीस्ट आणि बुरशीची वाढ, रंग खराब होणे किंवा पाण्यासारखा पदार्थ वाहणे इत्याची तपासणी करावी.

- दह्याचा कप उलटा करून एका भांड्यात दही काढावे. नंतर डब्यात राहिलेले, लागलेले दही चमच्याने काढून नेहमीपेक्षा काही वेगळा सुगंध जाणवतोय का, हे तपासावे. दह्याचा घट्टपणा भांड्यात जाणवतोय का?, भांड्यात दही कसे दिसते?, भांड्यात दही खूप पसरता कामा नये.
- नेहमीपेक्षा वेगळ्या रंगाचे निरीक्षण करावे. ज्या दुधापासून (कंटेनरवरील माहितीनुसार) दही बनवलेले आहे त्या दुधासारखा रंग नसल्यास त्यास 'विशिष्ट वर्गात न बसणारा' म्हणून दर्शवावे.
- चमचाभर दही खाण्यासाठी मुखात ठेवल्यानंतर ते जिभेच्या आणि आजूबाजूच्या भागास कसे चिकटते किंवा लगडते याचे निरीक्षण करावे.
- मुखात दही जिभेवरून हलवावे आणि किती जलद ते जिभेवरून उधळते (dissipate) हे पाहावे. जर एकूण घनतेचे (total solid) यानुसार त्याची अंगबांधणी कमकुवत होते.
- दह्याचे इंद्रियाला अगोदर होणारे ज्ञान (sensation) म्हणजे दह्याची आम्लता जिभेच्या बाजूंना हे जाणवते.
- दह्यात एकूण घनतेचे प्रमाण कमी असेल तर ते जलद पसरते. यावरून दह्याची अंगबांधणी कमकुवत आहे, असे समजावे.
- पोत आणि चवीचे अवलोकन करताना जाणवणारा पहिला सुगंध ओळखावा तसेच मुखात तो कुठे जाणवला, हेदेखील नोंद करावे.
- कुठलाही उग्र वास जसे ऑक्सिडाइज, विशिष्ट वर्गात न बसणारा, शीळा, तुरट, अस्वच्छ आणि यीस्टी इत्यादींची नोंद घ्यावी.
- काही वेळेस दह्याचा कडू, ताजा नसलेला, कृत्रिम असा फ्लेवरही जाणवतो.
- वरील मुद्द्यात नमूद केलेले दोष हे खूप गंभीर स्वरूपातील म्हणून पाहावेत. यानंतर कमी आम्लता, जास्त ॲसिटाल्डिहाइड इत्यादींचे प्रमाण तपासावे.
- मूल्यमापन कार्डावर वेगवेगळ्या गुणधर्मानुसार गुण द्यावेत. यासाठी तक्त्याचा आधार घ्यावा, यामुळे पदार्थांचे मूल्यमापन करताना मदत होईल.

तक्ता अ : वेगवेगळ्या वैशिष्ट्यांनुसार गुणांचे कार्ड (Score card)

वैशिष्ट्य	जास्तीत जास्त गुण	नमुना क्रमांक (Sample)			
फ्लेवर (चव + गंध)	१०				
अंगबांधणी आणि पोत	७				
आम्लता (Acidity)	३				
रंग आणि एकूण दिसणं (Colour & Appearance)	३				
कंटेनर आणि क्लोजर (बंद/परिसमाप्ती)	२				
एकूण (Total)	२५				

वरील तक्ता भरण्याअगोदर पुढे दिलेल्या तक्ता 'ब'ची उजळणी करावी.

तक्ता ब

गुणधर्म	थोडा (Slight)	निश्चित / स्पष्ट	स्पष्ट / ठळक	नमुना क्रमांक			
फ्लेवर							
जास्त ॲसिटाल्डिहाइड	९	८	७				
आकर्षक फ्लेवरचा अभाव	९	८	७				
शिजवलेला (Cooked)	९	८	७				
फ्लॅट (कमी डायॲसिटाइल)	८	६	७				
बाहेरील (Foreign)	८	७	६				
जुने घटकांचा वापर / चैतन्य नसलेला	८	५	३				
ऑक्सिडाइज	६	४	१				
यीस्टी	६	४	२				
अस्वच्छ (Unclean)	६	४	१				
कडू (Bitter)	५	४	२				
रॅनसीड	४	२	१				

गुणधर्म	थोडा (Slight)	निश्चित / स्पष्ट	स्पष्ट / ठळक	नमुना क्रमांक			
अंगबांधणी आणि पोत							
व्हेइंग ऑफ	६	४	१				
घट्ट	६	४	३				
पातळ	६	४	३				
जेलसारखे	६	४	३				
रोपी (Ropy)	४	३	१				
ॲसिडिटी (आम्लता)							
जास्त आम्ल	३	२	१.५				
कमी आम्ल	२.५	२	१.५				
रंग आणि एकूण दिसणे							
विशिष्ट असा रंग नसणे	२.५	२.०	१.५				
तळाशी राहणारे कण / गाळ, बाहेरील कण	२.०	१.५	१.०				
जास्तीचा गडद रंग	१.५	१.०	१.०				
निवळी (व्हे) सेपरेशन	२.०	१.५	१.०				
कप्प्यासारखे/ स्तरीय (layered) दिसणे	१.५	१.०	१.०				
कंटेनर आणि क्लोजर (Closure) परिसमाप्ती / बंदपणा							
डाग / अंधूक प्रिंट	१.५	१	०				
उघडण्यात अडचणीचे	१.५	१	१				
विरूप कंटेनर	१.५	१	०				

■

आइस्क्रीमची गुणवत्ता

> आइस्क्रीमचे उत्पादक, घाऊक व्यापारी, किरकोळ विक्रेते तसेच ग्राहकांना ज्ञानेंद्रियांनुसार आइस्क्रीमचे इष्ट, वैशिष्ट्यपूर्ण असे गुणधर्म, त्यातील दोष शास्त्रीयदृष्ट्या माहीत असल्यास गुणवत्तेची चांगल्या प्रकारे तपासणी होऊन ती वाढण्यास खूप मदत होईल.

आबालवृद्धांना खूप आवडणारा दुग्धपदार्थ म्हणजे आइस्क्रीम. उन्हाळ्यात तर सगळ्यांनाच दररोज आइस्क्रीमचा थंडावा हवा असतो. आइस्क्रीमचे इष्ट, वैशिष्ट्यपूर्ण असे गुणधर्म तपासण्यासाठी पुढील प्रक्रिया उपयोगी पडते.

ज्ञानेंद्रियांनुसार आइस्क्रीममधील आवश्यक गुणधर्म

पॅकेज

- आइस्क्रीमचे पॅकेज किंवा कंटेनर हे स्वच्छ, खराब नसलेले, पूर्ण, आकर्षित करणारे आणि पदार्थास सामावून घेऊन सुरक्षा प्रदान करणारे असावेत.
- पॅकेजच्या कडा खूप कडक नसाव्यात, पृष्ठभाग खडबडीत किंवा उंच-सखल नसावा. उत्पादक हा उत्तम पदार्थ ग्राहकास देण्यास उत्सुक आहे असा एकूण भाव पॅकेजमुळे ग्राहकाच्या मनात निर्माण व्हायला हवा.

रंग

- आइस्क्रीमचा रंग हा आकर्षित, एकसमान, सुखकारक वैशिष्ट्यपूर्ण (लेबलवर नमूद केल्याप्रमाणे) असावा. फ्रोझन डेझर्टमध्ये रंग टाकलेला असतो किंवा नसतोही.
- व्हॅनिला आइस्क्रीमचा रंग हा नैसर्गिक (बिटा - कॅरोटीन पिगमेंट) असावा.

अंगबांधणी आणि पोत

- आइस्क्रीमची अपेक्षित अंगबांधणी ही घट्ट असावी. आइस्क्रीम खाताना बेसुमार थंड असायला नको.
- आइस्क्रीमचा पोत सुरेख, मऊ, मखमली, आणि एकजीव क्रीमीपणाचा बोध होणारा असावा.

फ्लेवर (चव + सुगंध)

- आइस्क्रीमच्या फ्लेवरचे मूल्यमापन करण्यात काही अडचणी जाणवतात.
- दुधातील फॅटमुळे मुखात कोटिंगसारखा परिणामही जाणवतो. उत्तम गुणवत्तेचे व्हॅनिला आइस्क्रीम हे आल्हाददायक गोड तसेच क्रीमी पार्श्वभूमीची संवेदना देणारे, स्वच्छ सुगंध, संपन्न आणि आल्हाददायक चव असणारे असावे.
- आइस्क्रीममधील सर्व घटकांमुळे आल्हाददायक व संतुलित असा मिश्रित फ्लेवर येणे अपेक्षित असते.

वितळण्याची गुणवत्ता

- उच्च गुणवत्तेचे आइस्क्रीम खोलीच्या तापमानास १०-१५ मिनिटे ठेवल्यास हळुवारपणे वितळते. स्कूप (आइस्क्रीम घेण्याचा विशिष्ट चमचा) केलेले आइस्क्रीम मध्य भागापासून ओघळणे अपेक्षित असते.
- पूर्णपणे वितळलेले आइस्क्रीम मऊ, एकसारखे आणि एकजीव द्रव्यासारखे असते.

ज्ञानेंद्रियांनुसार आइस्क्रीम तपासण्याचे तंत्र

- कंटेनरचा प्रकार, अवस्था, झाकण असणे / नसणे, इतर काही दोष असल्यास नमूद करावेत.
- ज्ञानेंद्रियांनुसार तपासणी करण्यासाठी आइस्क्रीमचे तापमान – १८ अंश सेल्सिअस ते – १५ अंश सेल्सिअसच्या दरम्यान असावे.
- तपासणीच्या दोन तास अगोदर आइस्क्रीम हार्डनिंग रूममधून काढून डिस्पेसिंग कॅबिनेटमध्ये ठेवावे.
- आइस्क्रीमचे टेंपरिंग करताना (योग्य तापमानास आणताना) ते खोलीच्या तापमानास ठेवू नये. यामुळे आइस्क्रीम बाहेरच्या कडांसकट वितळते आणि मध्य भागात घट्ट राहते.
- तपासणी करताना आइस्क्रीम तीव्र थंड आणि खूप कडक नसावे. तसे आढळल्यास अंगबांधणी आणि पोत जोखण्यास अडचण येते.
- आइस्क्रीमचा नमुना काढताना चमच्या-व्यतिरिक्त उत्तम गुणवत्तेचा डिपर, स्कूप किंवा स्पेडचा वापर करावा.
- स्कूपिंग करताना आइस्क्रीम कशा प्रकारे कट होत आहे, हे पाहावे. स्कूप करताना तो रोल होताना मागे कडा असल्यासारखे थर तयार झाल्यास चिकटपणा जाणवतो.
- समपातळीत कापले जाणे, काटेरी कण असणे तसेच आइस्क्रीम जड, पाणथळ, हलके आहे का, हे तपासावे.
- रंग तपासताना त्याची छटा त्याच्या दिलेल्या फ्लेवरप्रमाणे आहे किंवा कशी, हे पाहावे.
- नमुना मुखात वितळल्यानंतर सुगंधाचे आकलन होते, कारण थंड तापमानामुळे ओडीफेरस प्रकारचे पदार्थ हे वायुरूप होत नाहीत म्हणून आइस्क्रीमचा खूप कमी किंवा कुठलाही सुगंध जाणवत नाही. सुगंधाअगोदर चवीचे ज्ञान होते.
- चमचाभर आइस्क्रीम मुखात वितळण्यास ठेवावे. यानंतर मुखातील दात आणि टाळू या दरम्यान चव व सुगंधाची, संवेदनांची नोंद करावी.
- नमुना मुखात घेऊन पुढच्या दातात रोल करून पुन्हा एकत्र आणून बर्फाचे कण दातात किती वेळपर्यंत धरले जातात, हे पाहावे. पुढच्या दातात थोडे रवाळ कण किंवा वाळूसारखे अवशेष जाणवतात का (सुक्रोजचे किंवा ग्लुकोजचे स्फटिक), हे तपासावे.
- फ्रोझन आइस्क्रीमचा काही भाग मुखातील वरच्या भागात दाबल्यास वितळेल. यामुळे मऊपणा, खडबडीतपणा, थंडपणा, वालुकामय असणे, आणि बर्फाच्या कणांचा आकार यांची तपासणी होईल.
- वितळण्याची गुणवत्ता तपासण्यासाठी आइस्क्रीमचा स्कूप (३० नंबरचा घ्यावा) काढून तो वाटीमध्ये ठेवावा. आइस्क्रीमने त्याचा आकार कायम ठेवला आहे का, हे तपासावे. आइस्क्रीम त्याच्या मध्यापासून ओघळणे अपेक्षित असते. आइस्क्रीम १०-१५ मिनिटांत (खोलीच्या तापमानास) वितळावयास हवे.
- वितळलेले आइस्क्रीम क्रीमी, ढलप्यांसारखे, दह्यासारखे, फेसाळ किंवा पाण्यासारखे आहे का, हे तपासावे.
- कमी ओव्हररन असलेले (Overrun) आइस्क्रीम जलद वितळते.

आइस्क्रीमचे स्कोअर कार्ड

गुणधर्म	दोष विवेचन	नमुना क्र.				
	नमुना गुण ⟶	१	२	३	४	५
फ्लेवर (१०)	शिजवलेला (Cooked)					
	अंड्यासारखा					
	जास्त ॲसिड					
	सुगंधाची कमतरता					
	फ्रेशनेस कमी / नसणे					
	गोडपणा कमी / नसणे					
	न्यूट्रलायझर					
	जुनी सामग्री / घटक वापरणे					
	रॅनसीड (शिळा, कुजट वास)					
	मीठ (Salty)					
	साठवलेले (Storage)					
	खूप गोड					
	अस्वच्छ					
	अनैसर्गिक गोडवा					
	वनस्पती तेल					
अंगबांधणी आणि पोत (८)	जाडेभरडे (Coarse)					
	चुरा होणारे / फुटणारे (Crumbly)					
	हलके (Fluffy)					
	बर्फाळ					
	वालुकामय (Sandy)					
	पाणथळ असे (Soggy)					
	कमकुवत (Weak)					
रंग आणि एकूण दिसणं (३)	अनैसर्गिक / विशिष्ट असे न आढळणारे					
	एकसमान नसणे					
वितळण्याची गुणवत्ता (२)	दह्यासारखे वितळणे					
	फेसाळ वितळणे					
	पाण्यासारखे वितळणे					
एकूण (२५) गुण						

वरील स्कोअर कार्ड भरण्यापूर्वी मार्गदर्शक म्हणून वेगवेगळ्या दोषांना (थोडे, निश्चित, स्पष्ट स्वरूपात) किती गुण द्यावेत, याचा अभ्यास करा. शिवाय, सर्वसाधारणपणे आढळणाऱ्या दोषांची माहिती असावी; जेणेकरून स्कोअर कार्ड व्यवस्थित भरता येईल.

■

दुग्धपदार्थांमध्ये कृत्रिम साखरेचा वापर

> कृत्रिम साखर हा अंशतः कॅलरीज असलेला किंवा कॅलरीज नसलेला तीव्र गोड पदार्थ असून, त्यामध्ये रासायनिक, भौतिक गुणधर्म असतात. काळजीपूर्वक प्रक्रिया आणि योग्य प्रकारच्या कृत्रिम साखरेची निवड करून कमी कॅलरीज, कमी फॅटचे दुग्धपदार्थ तयार करता येतात.

कमी कॅलरीजच्या दुग्धपदार्थांसाठी कृत्रिम साखरेचा वापर

भारतात मधुमेही रुग्णांची संख्या खूप मोठी आहे. २०२० पर्यंत या पेशंटची संख्या ८०.९ दशलक्ष इतकी असेल असे भाकीत व्यक्त केले गेले आहे. 'इंडियन नॅशनल अर्बन डायबेटिक' सर्व्हेनुसार मधुमेहाचा प्रघात, फैलाव हा १२.१% इतका आहे. परंतु या प्रघाताची आकडेवारी मुंबईत ९.३% तर हैदराबादेत १६.६% अशी प्रादेशिक तफावत आढळते.

टाइप-२ डायबेटिस हा तीव्र प्रगमनशील आजार आहे. हा आजार बरा करण्यासाठी जीवनशैलीतला बदल, आदर्श जीवनपद्धती आचरणासाठी आग्रही असणे आवश्यक आहे. यात शारीरिक क्रियाशीलता, कमी कॅलरीजच्या अन्नासह पौष्टिक आहाराचे नियोजन गरजेचे आहे.

संसर्गजन्य नसणाऱ्या आजारांमुळे २००२ मध्ये ५.१० दशलक्ष मृत्यू झाले. यापैकी हृदय व रक्तवाहिन्यासंबंधीच्या आजारामुळे २.७८ दशलक्ष मृत्यू झाले. फॅट, साखरेचे-दुग्धपदार्थांचे आहारातील अधिकचे प्रमाण, आणि फळे, भाजीपाला यांचे आहारातील घटते प्रमाण यामुळेदेखील हृदय आजारासंबंधी मृत्यू संभवतात. आरोग्यासंबंधी जागरूक ग्राहक आता आपल्या बदलत्या जीवन-शैलीनुसार कमी फॅट, कमी साखर, साखर नसलेल्या दुग्धपदार्थांच्या शोधात असतो.

सातत्याने संशोधनातील बदलानुसार 'फॅट रिप्लेसर' (फॅटच्या जागी दुसरा तसाच पदार्थ) आणि कमी कॅलरीजच्या आणि प्रखर गोडवा असणाऱ्या साखरेचा वापर करून 'डायटेटिक डेअरी प्रोडक्ट' बनवता येतात.)

FSSAIच्या नियमांनुसार सॅक्रिन, ॲसपरटेम (मिथाईल इस्टर), एसल्फेम-के, सुक्रॅलोज या कृत्रिम साखर ठरावीक प्रमाणात ठरावीक मिठाईत वापरता येतात.

कृत्रिम साखर हा सर्वसाधारणपणे निसर्गात न आढळणारा, वेगवेगळे रासायनिक, भौतिक गुणधर्म असलेला पदार्थ आहे. अंशतः कॅलरीज (० ते ४) असलेला किंवा कॅलरीज नसलेला तीव्र गोड पदार्थ. या तीव्र प्रकारच्या साखरेमध्ये कॅलरीजचे प्रमाण नगण्य असतेच; शिवाय मधुमेहामध्ये रक्तदाबावर परिणाम होत नाही. मात्र, काही प्रकारच्या कृत्रिम साखरेच्या पदार्थांच्या चवीमध्ये आल्हाददायकपणा,

कृत्रिम साखरेचे तुलनात्मक गुणधर्म

गुणधर्म	ॲसपरटेम	एसल्फेम-के	सॅक्रिन	सुक्रॅलोज
तुलनात्मक गोडवा (साखरेशी)	२००-३०० पट	२०० पट	४००-५०० पट	६०० ते ८०० पट
पदार्थ खाल्ल्यानंतरची जाणवणारी चव	नाही	थोडी	कडवट	नाही
स्थैर्यता	कमी आम्लतेत स्थिर (सामू ३ ते ६)	तापमानास स्थिर आम्ल, अल्कलीत स्थिर	तापमानात स्थिर, आम्ल अल्कलीत स्थिर	तापमानात स्थिर आम्ल, अल्कलीत स्थिर
विद्राव्य	पाण्यात सौम्य विरघळते. इथेनॉलमध्ये थोडे विरघळते. (१० ग्रॅम/ली. २० अंश सें.)	पाण्यात मुक्तपणे विरघळते. इथेनॉलमध्ये थोडे विरघळते. (२७० ग्रॅम /ली. २० अंश से.)	पाण्यात थोडे विरघळते. अल्कोहोलमध्ये सौम्य प्रमाणात विरघळते.	अल्कोहोल, मिथेनॉल, पाणी यामध्ये मुक्तपणे विरघळते.
जास्तीत जास्त स्थिरतेसाठी आवश्यक सामू	४.५-६.०	६.५-७.५	७.०-८.५	५.०-६.०
किती प्रमाणात वापरावे (मिग्रॅ. प्रति किलो वजन)	५०	१५	५	५

सुखावहपणा जाणवत नाही.

दुग्धजन्य पदार्थांमध्ये कृत्रिम साखरेचा योग्य वापर महत्त्वाचा...

- कमी कॅलरीज, कमी फॅटचे पदार्थ तयार करताना थोड्या अडचणी येतात. काळजीपूर्वक प्रक्रिया आणि योग्य प्रकारच्या कृत्रिम साखरेची निवड करून बऱ्याचशा अडचणी दूर करता येतात. कृत्रिम साखर निवडताना त्या साखरेचा गुणधर्म, पदार्थात मिसळल्यानंतरची स्थैर्यता, त्या पदार्थात कृत्रिम साखर एकत्र होणे, साखरेची प्रतिदिन स्वीकारार्हता इत्यादींबाबत माहिती असणे आवश्यक आहे.
- ज्या पदार्थात आपण कृत्रिम साखर मिसळणार आहोत, त्या पदार्थाचा सामू किती आहे, तसेच तो किती गरम करणार आहोत, हेही महत्त्वाचे असते. काही प्रकारची कृत्रिम साखर ठरावीक सामूला गोडवा टिकवून ठेवते. ॲसपरटेम ही कृत्रिम साखर जशी मोठ्या फरकातील पदार्थाच्या सामूवर काम करते; परंतु ॲसपरटेमची स्थैर्यता, कमकुवत आम्लता म्हणजे ३ ते ५ मध्ये असते. मूळच्या दुधाच्या ६.६ सामूमध्ये ॲसपरटेम निष्कृष्ट ठरते. यात गोडवा नाहीसा होतो. हा प्रकार ४ ते ५ सामूमध्ये कमी आढळतो.
- एसल्फेम-के ही कृत्रिम साखर ज्या पेयांमध्ये

आहे ती पेये पाश्चराइझ (७२ अंश सेल्सिअस / १५ सेकंद किंवा ६३ अंश सेल्सिअस / ३० मिनिटे) करता येतात. यात 'एसल्फेम-के'चा गोडवा नाहीसा होत नाही. बेकरी पदार्थांत (जेथे प्रक्रियेदरम्यान जास्त तापमान आहे) 'एसल्फेम-के'चे विघटन झाल्याचे आढळून आलेले नाही.

दुग्धपदार्थांत वापरा परवानगी असलेलीच कृत्रिम साखर

कमी कॅलरीज, कमी फॅटचे दुग्धपदार्थ तयार करण्यासाठी अॅसपरटेम, सॉरबिटॉल, एसल्फेम-के आणि सुक्रॅलोज या कृत्रिम साखरेचा वापर करता येतो. डायबेटिक दुग्धपदार्थ बनवताना सर्वसाधारण साखरेचे प्रमाण घेऊन दुग्धपदार्थांत वापरण्यास परवानगी असलेल्या कृत्रिम साखरेचाच वापर करावा. भारतात कृत्रिम साखर वापरून तयार केलेल्या डायबेटिक दुग्धपदार्थांवर संशोधन करून काही महत्त्वाचे निष्कर्ष काढण्यात आले. संशोधनानुसार सॉरबिटॉल, माल्टोडेक्सट्रीन, अॅसपरटेम, एसल्फेम-के आणि सुक्रॅलोज या प्रकारच्या कृत्रिम साखरेचा दिलेल्या प्रमाणातच वापर केल्यामुळे चांगल्या गुणवत्तेचे पदार्थ मिळाले.

डायबेटिक दुग्धपदार्थांवर झालेले भारतातील संशोधन

- कमी कॅलरीचे पदार्थ बनवताना अॅसपरटेम या कृत्रिम साखरेचा वापर करण्यात आला. संशोधनाच्या निष्कर्षानुसार, लस्सीमध्ये साखरेऐवजी ०.०८% अॅसपरटेमचा वापर करावा.
- आइस्क्रीम, कुल्फीमध्ये सॉरबिटॉल (५.५%), माल्टोडेक्सट्रीन (४.२६%) आणि अॅसपरटेमचा (७४२ पीपीएम) वापर करण्यात आला.
- बर्फी तयार करताना अॅसपरटेम या कृत्रिम साखरेचा ०.०६५% वापर केल्यास मूळ साखरेसारखी बर्फी तयार होते, असे संशोधनाअंती शास्त्रज्ञांना जाणवले. तसेच, ६ ते ८ अंश सेल्सिअस तापमानाला बर्फी ७ दिवसांपर्यंत टिकवली जाते, तेव्हा सातव्या दिवशी अॅसपरटेमची रिकव्हरी (पुनर्प्राप्ती) ९४% इतकी दिसून आली.
- गुलाबजाम तुपामध्ये किंवा वनस्पती तेलामध्ये सोनेरी, तपकिरी रंग येईपर्यंत तळून सॉरबिटॉलमध्ये ५४ अंश ब्रिक्स (सर्वसाधारणपणे ५४० ग्रॅम सॉरबिटॉल १ लीटर पाण्यात मिसळून) मध्ये मुरवण्यात आले. या सॉरबिटॉल द्रावणात ०.२५% अॅसपरटेमचा वापर करून ६५ अंश सेल्सिअस तापमानाला तीन तास तसेच ठेवण्यात आले.
- लाल पेढ्यात साखरेच्या जागी अॅसपरटेम, एसल्फेम-के आणि सुक्रॅलोज या कृत्रिम साखरेची तसेच बल्किंग एजंट म्हणून पॉलिडेक्सट्रोज आणि इनुलिनची चाचणी घेण्यात आली. निष्कर्षानुसार २५% पॉलिडेक्सट्रोज आणि ०.१७% अॅसपरटेमचा वापर चांगल्या गुणवत्तेच्या लाल पेढ्यासाठी उपयुक्त आढळला.
- रसगुल्ला तयार करताना छन्न्यापासून लहान गोळे बनवून घ्यावेत. हे गोळे साखरेच्या द्रावणात उकळण्याऐवजी ४०% सॉरबिटॉल आणि ०.८% अॅसपरटेम यांचा वापर करता येईल. तसेच, या प्रकारे तयार केलेला रसगुल्ला रेफ्रिजरेशन तापमानाला २० दिवसांपर्यंत रंग, फ्लेवर, गोडवा, गुणवत्ता टिकवून ठेवतो.
- छन्ना, खिरीसाठी २% फॅटचे दूध, १५ मिली अॅसपरटेम, १५ मिली एसल्फेम-के आणि ५ मिली सुक्रॅलोज असे प्रमाण ठरवण्यात आले.
- श्रीखंड तयार करताना ४% रफॅटिलोज आणि १२.५% साखर यांचा वापर केल्यास ज्ञानेंद्रियांनुसार श्रीखंडाची गुणवत्ता स्वीकारार्ह

आढळली.

- सुगंधी दुधात कृत्रिम साखरेचा वापर करता येतो. यासाठी सॅक्रिन ०.०१५%, एसल्फेम-के ०.०४% आणि अॅसपरटेम ०.०७% इत्यादींचा वापर करता येईल.

दुग्धपदार्थात वापरण्यास परवानगी असलेली कृत्रिम साखर

क्र.	कृत्रिम साखर	पदार्थांची नावे	जास्तीत जास्त मर्यादा (पीपीएम)
१.	सॅक्रिन सोडिअम	खवा, बर्फी, पेढा, गुलाबजाम, रसगुल्ला आणि त्यावर आधारित मिठाई	५००
२.	अॅसपरटेम (मिथाइल इस्टर)	खवा, बर्फी, पेढा, गुलाबजाम, रसगुल्ला आणि त्यावर आधारित मिठाई	२००
		आइस्क्रीम, फ्रोझन डेझर्ट आणि पुडींग	१०००
		सुगंधी दूध	६००
		योगर्ट	६००
३.	एसल्फेम-के	खवा बर्फी, पेढा, गुलाबजाम, रसगुल्ला आणि त्यासारखे पदार्थ	५००
४.	सुक्रॅलोज	खोवा बर्फी, पेढा, गुलाबजाम, रसगुल्ला आणि त्यासारखे त्यावर आधारित पदार्थ	७५०
		योगर्ट	३००
		गोड ताक	३००
		आइस्क्रीम	४००

टीप : कमी कॅलरीज असलेली ही कृत्रिम साखर मूळ साखरेस पर्याय म्हणून युरोप, अमेरिकेमध्ये मोठ्या प्रमाणावर वापरली जाते.

■

दुग्धपदार्थांसाठी स्टिव्हियाचा वापर

> स्टिव्हिया नैसर्गिक कॅलरीमुक्त आहे. तज्ज्ञांनी स्टिव्हियाचा वापर कस्टर्ड, कुल्फी, संदेशमध्ये वापर करून पाहिला आहे. याचा वापर करताना शिफारशीत मात्रा लक्षात घ्यावी. दुग्धजन्य पदार्थांची निर्मिती करताना तज्ज्ञांचा सल्ला घ्यावा.

भारतीय खाद्य सुरक्षा आणि मानक प्राधिकरणाच्या १३ नोव्हेंबर २०१५च्या अधिसूचनेनुसार 'कृत्रिम मधुरक' स्टिव्हियोल ग्लाइकोसाइडच्या वापरासंबंधी प्रमाणित केलेल्या मात्रेच्या अधीन राहून शिफारस केलेल्या पदार्थांत उपयोग करता येतो.

स्टिव्हियोल ग्लाइकोसाइड ही सफेद ते हलकीशी पिवळसर, गंधहीन किंवा हलकासा गंध असणारी ही साखर असते. 'स्टिव्हिया रेबाउडियाना बटोनी' या वनस्पतीच्या पानापासून सदर पावडर तयार करतात. यासाठी विशिष्ट प्रक्रिया केली जाते. स्टिव्हियोसाइड आणि रिबाउडियोसाइड 'अ' संघटक ग्लाइकोसाइडच्या गोड गुणधर्माच्या कारणांमुळे महत्त्वाचा घटक ठरतो.

कस्टर्ड

१२५ मिली दूध घ्यावे. त्यातून २० मिली दूध घेऊन ६ ग्रॅम कस्टर्ड मिसळावे. जाड बुडाच्या भांड्यात दूध चांगले उकळावे. वेलची पूड आणि स्टिव्हिया मिसळावे. हे मिश्रण रेफ्रिजरेटर तापमानास ठेवावे.

कुल्फी

५५० मिली दूध घेऊन एक-चतुर्थांश आटवावे. चिमूटभर वेलची पावडर आणि २५ मिग्रॅ स्टिव्हिया मिसळावे. दोन मिनिटे गरम करावे. कुल्फी मोल्डमध्ये दूध ओतून थंड तापमानास ठेवावे.

संदेश

२५ मिग्रॅ स्टिव्हिसाइडचा वापर करून एक थेंब गुलाब पाणी वापरावे.

वापर

- स्टिव्हिया नैसर्गिक कॅलरीमुक्त आहे.
- तज्ज्ञांनी स्टिव्हियाचा वापर कस्टर्ड, कुल्फी, संदेशमध्ये करून पाहिला आहे.
- स्टिव्हियाच्या गोडव्याची इतर साखरेबरोबर तुलना केली असता संशोधनाअंती असे नोंद करण्यात आले आहे की, ५ ग्रॅम साखर, ५०० मिग्रॅ शुगर फ्री, ५०० मिग्रॅ नॅचुरा, ४० मिग्रॅ सॅकरीन, ६५० मिग्रॅ इक्वल आणि १.५० मिली स्टिव्हिया एक्सट्रॅक्ट १०० मिली पाण्यात गोडव्याच्या बाबतीत सारखे आढळले.
- स्टिव्हिया पानांच्या पावडरमध्ये ५ ते १०% स्टिव्हिओसाइड असतात. मानवीय आहारात जास्तीत जास्त सुरक्षित वापर हा ७९३४ मिग्रॅ प्रति दिन असा संशोधकांनी सुचवला आहे.

स्टिव्हियोल ग्लायकोसाइडचे उपयोग

खाद्यपदार्थ	अधिकतम मात्रा (मिलिग्रॅम प्रति किलोग्रॅम) (स्टिव्हियोल समतुल्य)
दुग्धजन्य सुगंधी पेय	२००
डेअरी आधारित डेझर्ट्स (आइस्क्रीम, फ्रोझन डेझर्ट, क्रीम टॉपिंग्ज)	३३०
योगर्ट	२००
फळ नेक्टर	२००
अकार्बनीकृत पाणी आधारित पेय (गैर अल्कोहोलिक)	२००
खाद्य बर्फ	२७०
जॅम, जेली, मार्मालेड	३६०
खाण्यास तयार कडधान्य	३५०
कार्बोनेटेड पाणी	२००
सॉफ्ट ड्रिंक कॉन्सन्ट्रेट	२००
च्यूईंगम	३५००

गुणधर्म

समानार्थी रासायनिक नाव	आईएनएस सं. ९६० स्टिव्हियोसाइड १३ (C_2-o- β-D) ग्लुकोपायरेनोसाइल-β–रिबोडियोसाइड ग्लुकोपायरेनोसाइल ओआईसी
सूत्र	स्टिव्हियोसाइड $C_{38}H_{60}O_{18}$ रिबोडियोसाइड A : $C_{44}H_{70}O_{23}$
सूत्रभार	स्टिव्हियोसाइड ८०४.८८ रिबोडियोसाइड 'अ' : ९६७.०३
मिसळण क्षमता	पाण्यात मुक्त रूपात मिसळते.
सामू	४.५ आणि ७.०
वाळवणीतील नुकसान	६ टक्क्यांपेक्षा अधिक नाही (१०५ अंश, २ तास)
अवशिष्ट सॉल्व्हंट	मेथनोल २०० मिग्रॅ प्रति किलोग्रॅमपेक्षा अधिक नाही. इथेनॉल ५००० मिग्रॅ प्रति किलोग्रॅमपेक्षा अधिक नाही.
आर्सेनिक	१ मिलिग्रॅम / किलोग्रॅमपेक्षा अधिक नाही.

स्टिव्हियातील पौष्टिक घटकांचे प्रमाण

(प्रति १०० ग्रॅम) (कोरडे वजन)

आर्द्रता (ग्रॅम)	७
ऊर्जा (Kcal)	२७०
प्रथिने (ग्रॅम)	१०
फॅट (ग्रॅम)	३
एकूण कार्बोहायड्रेट (ग्रॅम)	५२
राख (ग्रॅम)	११
क्रूड फायबर (ग्रॅम)	१८
कॅल्शिअम (मिग्रॅ)	४६४.४
फॉस्फरस (मिग्रॅ)	११.४
लोह (मिग्रॅ)	१९०.०
पोटॅशिअम (मिग्रॅ)	१८००
अपौष्टिक घटक	
ऑक्झॅलिक ॲसिड (मिग्रॅ)	२२९५.००
टॅनिन (मिग्रॅ)	०.०१०

■

विभाग ५
दुग्धपदार्थांचे पॅकेजिंग

दुग्धपदार्थ तयार करताना पाळा स्वच्छतेचे निकष

पदार्थांचे विविध प्रकार, नवीन तंत्रज्ञानामधील प्रगती, तसेच बदलत्या जीवनशैलीमुळे पदार्थातून विषबाधा होण्याचे प्रमाण वाढले आहे. यामुळे सर्व खाद्यसुरक्षा मानकांचे पालन करणे आणि आहारासंबंधी सुरक्षितता बाळगणे ही प्राथमिकता बनली आहे.

पदार्थांद्वारे होणारी विषबाधा साधारणपणे अयोग्य पद्धतीने खाद्यपदार्थ तयार केल्यामुळे किंवा हाताळल्यामुळे होत असते. यावर आधारितच अन्नसुरक्षा मानके प्राधिकरणसाठी (FSSAI) इंडियन इन्स्टिट्यूट ऑफ पब्लिक हेल्थ या संस्थेने काही मार्गदर्शिका विकसित केल्या आहेत. दुग्धप्रक्रिया, खाद्यपदार्थ उद्योग, केटरिंग इत्यादीमध्ये काम करणाऱ्या व्यक्तींना आधारभूत प्रशिक्षण देणे, मार्गदर्शन करणे हा या मार्गदर्शिकेमागील हेतू आहे. ज्ञान, माहिती ही सुरक्षित व पौष्टिक पदार्थ बनवण्याची गुरुकिल्ली आहे. याच मार्गदर्शिकेमधील काही महत्त्वाचे मुद्दे पुढीलप्रमाणे :

- पदार्थांमुळे होणारी विषबाधा हा सर्वसाधारण आजार आहे. तो गंभीर स्वरूपाचा नसतो; परंतु कधी-कधी गंभीर रूप धारण करू शकतो. पदार्थ खाल्ल्यानंतर दोन तासांनी किंवा काही दिवसांनंतरसुद्धा उलटी होणे, मळमळ होणे, पोट दुखणे, डायरिया इत्यादी लक्षणे दिसतात.
- लहान मुले, गर्भवती महिला, ज्येष्ठ नागरिक, कमी रोगप्रतिकारक क्षमता असलेल्या व्यक्तींवर विषबाधेचा जास्त परिणाम होऊ शकतो.
- खाद्यपदार्थांत होणाऱ्या जिवाणूंचे संक्रमण हे रासायनिक, जैविक पदार्थांप्रमाणे असू शकते.
- जिवाणूंची वाढ होण्यासाठी आर्द्रता, उबदारपणा आणि वेळ हे घटक कारणीभूत ठरतात.
- जास्त प्रथिनांचे प्रमाण असलेले पदार्थ जसे दूध, अंडी, मांस, मासे व त्यापासूनची उत्पादने पोषक असतात. या सर्व पदार्थांमध्ये जास्त प्रमाणात आर्द्रता असते. जेव्हा उबदार वातावरणात हे पदार्थ ठेवले जातात तेव्हा जिवाणूंच्या वाढीसाठी पोषक वातावरण मिळते.
- साखर, मीठ, आम्ल असलेल्या पदार्थांत (जॅम, लोणचे इत्यादी) जिवाणूंची वाढ खुंटते, कमी होते. साखर, मीठ पाणी शोषून घेतात, त्यामुळे जिवाणूंना आर्द्रता कमी प्रमाणात उपलब्ध होते.
- विषबाधेसाठी कारणीभूत ठरणाऱ्या जिवाणूंची वाढ ५ ते ६३ अंश सेल्सिअस तापमानादरम्यान होत असते. ३७ अंश सेल्सिअस तापमानाच्या जवळपास जिवाणूंची वाढ मोठ्या प्रमाणात होते.
- पोषक वातावरण मिळाल्यास जिवाणू लगेच विभाजित होतात. उदाहरणार्थ, एक जिवाणू दोन भागांत विभाजित होतो. सदर जिवाणू पुन्हा दोन-दोनने विभाजित होऊन चार होतात. पोषक

तापमानात १५-२० मिनिटांत प्रजनन करतात. काही वेळेस यापेक्षाही कमी वेळ लागतो. अशा प्रकारे चार ते पाच तासांत एक जिवाणू हजारो जिवाणूंमध्ये परावर्तित होतो.

- जास्तीत जास्त जिवाणू हे माणसांद्वारे आणि पशूंद्वारेच प्रसारित होतात.
- जिवाणू वाढण्याच्या मुख्य कारणांपैकी खाद्यपदार्थांची योग्य हाताळणी न करणे, हे एक मुख्य कारण आहे. पदार्थ तयार करताना किंवा वाढताना खोकणे, शिंकणे, धूम्रपान करणे, खाणेपिणे, स्पर्श करणे, डोके, नाक, कान, चेहरा खाजवणे यामुळे जिवाणू हात, तोंड, नाक, जखम, खरचटणे, फोड इत्यादी माध्यमातून खाद्यपदार्थांत येतात.

स्वच्छ पदार्थनिर्मिती करताना घ्यावयाची काळजी

- खाद्यपदार्थ उचलताना स्वच्छ चिमटे, चमचे यांचा वापर करावा. भांड्याच्या आतल्या बाजूस शक्यतो हात लावू नये.
- पदार्थांसाठी पाण्याचा वापर करताना पाणी स्वच्छ असावे. पाणी अस्वच्छ असल्याची शंका असल्यास पाणी फिल्टर करून घ्यावे किंवा १५-२० मिनिटे उकळावे. यामुळे कॉलराचे आणि इतर आजारांचे जिवाणू नष्ट होतील.
- झाडूने साफसफाई करताना जिवाणू झाडूला चिकटतात. झाडूद्वारे इतर ठिकाणी जिवाणूंचा प्रसार होतो. त्यामुळे प्रत्येक खोलीचा झाडू हा वेगवेगळा ठेवावा.
- पदार्थ तयार करण्याअगोदर हात धुणे, व्यक्तिगत स्वच्छता पाळणे अत्यंत महत्त्वाचे असते. हात साबणाने, गरम पाण्याने धुवावेत. धुताना फेस बनवून हात आणि बोटे मागूनही धुवावीत. तसेच, बोटांच्या मध्येदेखील धुऊन घ्यावे. टॉवेलने हात कोरडे करावेत.
- डोक्यावर नेहमी टोपीचा (कापडी किंवा साधी, रोज वापरून टाकून देता येणारी) वापर करावा. हातात अंगठी, मनगटात दोरा, गंडा इत्यादी दागिने नसावेत. काम करताना घड्याळदेखील काढावे.
- कीटकांना रोखण्यासाठी, दूर ठेवण्यासाठी खिडक्या बंद ठेवाव्यात. खिडक्यांना जाळ्या लावाव्यात.
- खाद्यपदार्थ नेहमी झाकून ठेवावेत. फ्रीजमध्ये भरपूर सामान भरून ठेवू नये. फ्रीजचे तापमान १ ते ४ अंश सेल्सिअसच्या दरम्यान ठेवावे.
- फ्रीजमध्ये पदार्थ ठरावीक काळासाठी ठेवावेत. जास्त काळ पदार्थ फ्रीजमध्ये ठेवल्यामुळे पदार्थांच्या गुणधर्मात बदल होत जातो.

फ्रीजमध्ये पदार्थ ठेवण्याचा कालावधी

पदार्थ	दिवस
कच्चे मांस	२ ते ३
शिजवलेले मांस	१ ते २
दूध	१ ते २
पनीर	१५ ते २०
भाज्या	५
पिकलेली फळे	२
चीज	६ महिने

■

दुग्धपदार्थांसाठी निवडा योग्य पॅकेजिंग

> दुग्धपदार्थांसाठी अनेक मोठ्या कंपन्या विविध प्रकारचे पॅकेजिंग वापरताना दिसतात. नवव्यावसायिकांना पॅकेजिंग म्हणजे प्लास्टिक एवढेच ज्ञात असते; परंतु दुग्धपदार्थ सुरक्षित ठेवून त्याची टिकवणक्षमता आणखी काही दिवस वाढवणे हा मुख्य उद्देश असायला हवा.

प्रत्येक वस्तूसाठी पॅकेजिंग ही खूप महत्त्वाची बाब आहे. पॅकेजिंगमुळे पदार्थ तर सुरक्षित राहतोच; शिवाय पदार्थाला चांगला भावही मिळतो. पदार्थ चांगला टिकून राहण्यासाठी, पदार्थाची वाहतूक करण्यासाठी पॅकेजिंगची योग्य प्रकारे निवड करणे महत्त्वाचे आहे.

पॅकेजिंग कसे असायला हवे?

- पॅकिंग केलेल्या दुग्धपदार्थांचा रंग, चव एकूण वर्ण यात बदल करणारे नसावे.
- पदार्थातील ज्ञानेंद्रियांनुसार, रासायनिक घटक, सूक्ष्मजीवांनुसार इत्यादी गुणधर्माचे संरक्षण करणारे असावे. याचाच अर्थ वरील घटकांत काही बदल किंवा वाढ झालेली दिसून येऊ नये.
- पॅकेजिंग मटेरिअलमध्ये परवानगी असलेलेच घटक वापरलेले असावेत आणि त्यांचे प्रमाण नियमांनुसार असावे.
- पॅकेजिंगमधील एखादा पदार्थ / घटक अन्नासोबत मिश्रित होत असेल तर त्याचे प्रमाण ६० पीपीएमपेक्षा जास्त नसावे (जरी घातक नसला तरीही).
- गॅसेस (ऑक्सिजन, नायट्रोजन, कार्बन डायऑक्साइड), तापमान, सूर्यप्रकाश, आर्द्रता यांना अटकाव / प्रतिबंध करणारे असावे.
- ताणासंबंधीची ताकद, विस्तार, गरम सिलिंगसाठी तग धरणारी, बर्स्टिंग (bursting strength) क्षमता इत्यादी गुणधर्म चांगले असल्यास पॅकेजिंग वाहतुकीस आणि हाताळणीस सोपे जाते.
- कठीण / कडक कंटेनर (बॉटल, टब, कप) इत्यादींची आघाताची शक्ती चांगली असावी तसेच कंटेनरचे झाकण सिलिंगसाठी योग्य असायला हवे.
- पॅकेजिंगचा पृष्ठभाग प्रक्रिया न करता प्रिंटिंगसाठी वापरता यायला हवा. शाई फाटणे, पाण्याच्या स्पर्शाने शाई पसरणे इत्यादी बाबी तपासाव्यात.
- सर्वात महत्त्वाचे म्हणजे पॅकेजिंग वातावरणाला हानिकारक नसणारे, सहज विल्हेवाट लावता येणारे असावे.

पॅकेजिंगची चाचणी

पॅकेजिंगचे साहित्य खातरीशीर आहे किंवा नाही, हे तपासून पाहण्यासाठी पॅकेजिंगचा नमुना इंडियन इन्स्टिट्यूट ऑफ पॅकेजिंग, अंधेरी (मुंबई) यांच्याकडे चाचणीसाठी देऊन पडताळून घेऊ शकतो.

पॅकेजिंगविषयी अधिक माहिती www.iip-in.com या संकेतस्थळावर मिळू शकेल.

दुग्धपदार्थांसाठी योग्य पॅकेजिंग साहित्य

- दुग्धपदार्थांच्या साठवणुकीच्या दिवसांत तापमान, जिवाणूंची संख्या, पदार्थ तयार करतेवेळीची स्वच्छता, विविध घटकांचे प्रमाण, ॲसिडिटी इत्यादीनुसार टिकवणक्षमतेत फरक पडू शकतो.
- लंकर्ड टिन्सचे कॅन म्हणजे कॅनच्या आतल्या बाजूला रेसिन किंवा रेसिन ड्रॉइंग ऑइल कॉम्प्लेक्सच्या द्रावणाचा मुलामा दिलेला असतो. या मुलाम्याच्या द्रावणाचा वाळून थर तयार होतो. हा थर कॅन व पदार्थ यांच्यामध्ये राहून थेट कॅनशी संपर्क न येऊ देता पदार्थ खराब होत नाही. दुग्धपदार्थांसाठी इपॉक्सिफिनॉलिक रेसीन वापरतात.
- कोएक्सट्रे्डेड (Coextruded) फिल्म म्हणजे निवडक प्लास्टिकचे अनेक थर (३ ते ७) एकत्र करणे होय.
- अडेझिव लॅमिनेट (adhesive laminate) म्हणजे पॅकेजिंग मटेरिअलचे दोन किंवा अधिक थर अडेझिवने चिकटवणे होय.
- कारटन म्हणजे पुठ्ठ्याचे किंवा प्लास्टिकचे खोके असे म्हणू शकतो.
- सगळेच पॅकेजिंग मटेरिअल सारख्याच गुणधर्माचे आढळत नाही.
- ऑक्सिजन (पॅकेजमधून) ट्रान्समिशनचा रेट, आर्द्रता येण्याचा (water vapour transmission rate) इत्यादी किंवा अडथळे वेगवेगळे असतात.

पॅकेजिंगसाठी वापरण्यात येणारे साहित्य

- टीन (पत्र्याचे डबे) कंटेनर
- ॲल्युमिनिअम फॉइल
- **पेपर :** क्राफ्टपेपर, ब्राऊन पेपर, कोटेड पेपर, पार्चमेट, ग्लास लाइन, कोटेड पेपर वॅक्स.
- **पेपर बोर्ड :** पल्प, ड्युप्लेक्स, ट्रिपलेक्स (ग्रीस, मिग सॉलिड), कोरुगेटेड, मोल्डेड
- **ग्लास :** बॉटल्स आणि जार
- **प्लास्टिक / मेटल :** थर देऊन वापरण्यासाठी
- पॉलिओलिफिन्स, लो-डेनसिटी, पॉलिइथिलिन (LDPE)
- लिनिअर लो डेन्सिटी, पॉलिइथिलिन (LLDPE)
- हाय डेन्सिटी पॉलिइथिलिन (HDPE)
- हाय मॉलिक्युलर हाय डेन्सिटी पॉलिइथिलीन (HMHD)
- बाय एक्सियली ओरिएंटेड पॉलिप्रोपिलीन (BOPP)
- पॉलिप्रोपिलीन टेरापथेलेट (PET)
- मेटालाइझ पॉलिइस्टर (MPET)
- मेटालाइझ पॉलिप्रोपॅलीन (MPP) फिल्म

दुग्धपदार्थ	पॅकेजिंगचा प्रकार	पॅक साइझ (ग्रॅम)	पॅकेजिंग मटेरिअल	साठवण्याचे तापमान (अंश से.)	टिकवण्याची क्षमता (दिवस)
आंबवलेल्या दुग्धपदार्थांसाठी पॅकेजिंग					
श्रीखंड	कप / कंटेनर	१०० २००	पॉलिस्टरीन (PS) पॉलिप्रोपालीन (PP)	–१०	१८०
दही	कप / कंटेनर	१०० २०० ४००	पॉलिस्टरीन (PS) पॉलिप्रोपालीन (PP)	+ ५	७
मिष्टी दही	कप	१०० २००	पॉलिस्टरीन (PS) पॉलिप्रोपालीन (PP)	+ ५	७
लस्सी	पाउच	२०० मिली	लो डेन्सिटी पॉलिइथीलीन	+ ५	७
आटवलेल्या दुग्धपदार्थांसाठी पॅकेजिंग					
खीर	पाउच	–	ॲल्युमिनिअम फॉइझ / LDPE	रूम टेंपरेचर	३०
पेढा, बर्फी, कलाकंद	कारटन	२५० ५०० १०००	कार्डबोर्ड - आत पर्ल फिल्म, आउटर लॅमिनेटेड	+ ५	३०
गुलाबजाम	कप / टीन	५०० १०००	कप पॉलिस्टरीन (PS)	+ ५ रूम टेंपरेचर (२५-३० से.)	३० २७०
साकळवलेल्या दुग्धपदार्थांसाठी पॅकेजिंग					
रसगुल्ला	टीन कॅन्स	५०० १०००	लॅकर्ड टिन्स	रूम टेंपरेचर (२५-३० से.)	१८०
संदेश	कारटन	२५० ५०० १०००	कार्डबोर्ड - आत पर्ल फिल्म	+ ५	७
पनीर	पाउच	२००/१०००	PS (पॉलिस्टरीन) आणि LDPE	–१८	१८०
	रॅप (Wrap)	२००		+ ५	३०

दुग्धपदार्थ	पॅकेजिंगचा प्रकार	पॅक साइझ (ग्रॅम)	पॅकेजिंग मटेरिअल	साठवण्याचे तापमान (अंश से.)	टिकवण्याची क्षमता (दिवस)
जास्त फॅटचे दुग्धपदार्थ					
तूप	टीन कॅन	१ कि./ २ कि.	लॅकर्ड टीन	रूम टेंपरेचर (२५-३० अंश से.) + ५	१८० २७०
	पाउच	५००	LDPE	रूम टेंपरेचर	१५
			कोएक्सटूडेड नायलॉन + पॉलिस्टरीन फिल्म	२७	१२०
	बॅग इन बॉक्स	५००	पाऊच	रूम टेंपरेचर	१८०
	कारटन		HD/LD/HD लॅमिनेटस आणि LDPE/बॉंडिंग	रूम टेंपरेचर	१८०
	कारटन	५००	ड्युप्लेक्स बोर्ड	रूम टेंपरेचर	१८०
		१०००	लाइन मेटालाइझ PET किंवा LDPE	रूम टेंपरेचर	१२०

स्रोत : टेक्नॉलॉजी ऑफ इडिजिनस मिल्क प्रॉडक्ट्स, डेअरी इंडिया पब्लिकेशन

टीप : तक्त्यातील टिकवण्याची क्षमता ही पदार्थ, पॅकेजिंग, हाताळणी दरम्यानच्या जीवजंतूंच्या संख्येनुसार बदलू शकते.

■

गुणवत्ता राखण्यासाठी हवे उत्तम पॅकेजिंग

आपल्याकडे दुग्धपदार्थांचे उत्पादन हे लहान स्तरावर जास्त प्रमाणात केले जाते. आरोग्याच्या दृष्टीने हे पदार्थ व्यवस्थित न हाताळलेले व पॅकिंगकडे दुर्लक्ष केलेले असतात. अपूर्ण पॅकेजिंग असलेले किंवा पॅकिंग नसलेले पदार्थ हे त्यांच्या गुणधर्मात अनेक बदल दर्शवतात. याचा परिणाम वितरणावर होतो.

पदार्थ टिकवण्यासाठी, ग्राहकांपर्यंत व्यवस्थित पोहोचवण्यासाठी पॅकेजिंग हा अत्यंत महत्त्वाचा घटक आहे. बाजारात ब्रँड तयार करण्यातही पॅकेजिंग महत्त्वाचे कार्य पार पाडते. विविध दुग्धपदार्थांसाठी वेगवेगळे पॅकेजिंग वापरून संशोधनाअंती काही निष्कर्ष काढले गेले आहेत.

खवा

- FSSAI कायद्यानुसार खवा टिकवण्यासाठी कुठलाही पदार्थ वापरण्यास बंदी आहे. यामुळे खवा पॅकिंगला महत्त्व आहे. ॲल्युमिनिअम फॉइल आणि एलडीपीई प्रकारच्या पॉलिथिनमध्ये खवा पॅक करून तो १३ ते १५ अंश सेल्सिअस तापमानाला ठेवल्यास १४ दिवसांपर्यंत टिकवता येतो.
- खवा गरम असताना (९० अंश सेल्सिअस) टीन कॅन्समध्ये भरल्यास या कॅन्समध्ये खवा १४ दिवसांपर्यंत चांगल्या (३७ अंश सेल्सिअस तापमान असल्यास) स्थितीत टिकतो.
- लॅमिनेट्सचा वापरही खवा पॅकिंगसाठी करतात. दोनपेक्षा जास्त किंवा तीन थर (वेगवेगळ्या पॅकेजिंग मटेरिअलचे) मिळून लॅमिनेट्स तयार होत असतात. पेपर / ॲल्युमिनिअम फॉइल / एलडीपीई फिल्म अशा प्रकारच्या लॅमिनेटमध्ये खवा पॅक केल्यास ते पॅकेज ३७ अंश सेल्सिअस तापमानाला ठेवल्यास दहा दिवसांपर्यंत, तर हेच पॅकेज रेफ्रिजरेटरमध्ये ठेवल्यास ६० दिवसांपर्यंत खवा आपले गुणधर्म उत्तम राखेल.

बासुंदी

- बासुंदीची सर्वसाधारणपणे टिकण्याची क्षमता ही ३७ अंश सेल्सिअस तापमानास दोन ते तीन दिवस आहे. ४ अंश सेल्सिअस तापमानास बासुंदी १० ते १५ दिवसांपर्यंत टिकते. ॲल्युमिनिअम फॉइलमध्ये ५ अंश सेल्सिअस तापमानास ठेवलेली बासुंदी ३० दिवसांपर्यंत उत्तम स्थितीत राहील.
- काचेच्या बाटलीत किंवा पॉलिप्रोपॅलीन कपमध्ये पॅक केलेली बासुंदी ७ अंश तापमानास २५ दिवसांपर्यंत टिकते. याच प्रकारात पॅकिंग करून ९० अंश सेल्सिअस तापमानास १० मिनिटे ठेवल्यास टिकवण्याची क्षमता १५ दिवसांनी वाढवता येईल.

श्रीखंड

- ३० अंश सेल्सिअस तापमानाला ठेवलेले श्रीखंड दोन-तीन दिवसांत खराब होते; परंतु रेफ्रिजरेशनला (४ अंश सेल्सिअस) ठेवलेले श्रीखंड ४० दिवसांपर्यंत रंग, चव इत्यादी टिकवून ठेवते.
- पॉलिस्टरीन आणि पॉलिप्रोपॅलिनमध्ये पॅक करून १ अंश सेल्सिअस तापमानाला ठेवलेले श्रीखंड १८० दिवसांपर्यंत टिकवता येते.

दही

- दह्यासाठी पॉलिस्टरीनचे कप बऱ्याच ठिकाणी वापरतात. पॉलिप्रोपॅलीन, पीव्हीसी योचाही वापर करता येईल. पॉलिस्टरीनच्या किंवा पॉलिप्रोपॅलिनच्या कपात दही पॅक करून ५ अंश सेल्सिअस तापमानास फ्रीजमध्ये ठेवल्यास ते सात दिवसांपर्यंत टिकू शकते.

पनीर

- साधारण तापमानास पनीर एक दिवस किंवा त्याहीपेक्षा कमी टिकते. रेफ्रिजरेटर (पाच ते सात अंश सेल्सिअस) तापमानास पनीर सहा दिवस टिकत असले तरी त्याचा पृष्ठभाग तीन दिवसांनी पिवळा पडण्यास व पनीर थोडे कडक होण्यास सुरुवात होते. हे टाळण्यासाठी पनीर ॲल्युमिनिअम फिल्ममध्ये पॅक केल्यास रेफ्रिजरेशन तापमानास सहा दिवसांपर्यंत उत्तम स्थितीत टिकते.
- स्वच्छ उत्पादनाचे तंत्र वापरून तयार केलेले पनीर बाजारात सहज मिळणाऱ्या क्लिंग फिल्ममध्ये पॅक केल्यास ते एक आठवडा ते बारा दिवसांपर्यंत (रेफ्रिजरेशन तापमानाला) चांगले राहते. श्रिंक फिल्ममध्ये पॅक केलेले पनीर रेफ्रिजरेटर तापमानाला १६ दिवसांपर्यंत टिकते.
- पनीरचे छोटे तुकडे करून ते टीन कॅनमध्ये पॅक करून टीन कॅनना १५ मिनिटांसाठी ऑटो-क्लेव्हिंग केले (प्रेशर कुकरसारखे) तर २५-३० अंश सेल्सिअस तापमानाला टीन कॅन्समधले पनीर ५० दिवसांपर्यंत टिकते. पनीर ५ टक्के मिठाच्या द्रावणात बुडवून ठेवल्यास ते ६ अंश सेल्सिअस तापमानाला १२ दिवसांपर्यंत टिकेल.

दुग्धपदार्थांसाठी पॅकेजिंगचे प्रकार

दुग्धपदार्थ	पॅकेजचा प्रकार
सुगंधी दूध, लस्सी	एलडीपीई, एचडीपीई, टीन कॅन, काचेच्या बाटल्या
तूप, आटवलेले दूध, दही, श्रीखंड	पॉलिप्रोपॅलिन, पॉलिस्टरीन
पेढा, बर्फी, कलाकंद, चीज	कार्ड बोर्ड बॉक्स, वॅक्स कोटेड पेपर इत्यादी
गुलाबजाम, रसगुल्ला, तूप, पनीर	टीन कॅन, लॅमिनेटेड पाउच, एचडीपीई इत्यादी.

■

दुग्धपदार्थांसाठी आधुनिक पॅकेजिंग पद्धती

कमीत कमी प्रक्रिया केलेले दुग्धपदार्थ, वितरणातील बदल, इंटरनेट शॉपिंग, ऑटोमॅटिक हाताळणी (दुधाचे ATM) आणि ग्राहकांच्या सुरक्षेसाठीचे कडक नियम, यामुळे नवीन आणि योग्य पॅकेजिंग तंत्रज्ञानाची गरज निर्माण झाली आहे. यासाठी पॅकेजिंग हे अशा प्रकारचे असायला हवे, की जे पदार्थ विकत घेताना व उपयोगात आणताना हाताळावयास सोपे राहील.

पॅकेजिंग हा उत्पादनाचा आरसाच जणू. दुग्धपदार्थांची पौष्टिकता व त्यांच्या संवेदनशील गुणांना उत्पादनापासून ते उपभोगापर्यंत सुरक्षित ठेवणे हे पॅकेजिंगचे मुख्य कार्य होय. याशिवाय, पॅकेजिंगचे वेष्टण हे अशा प्रकारचे असायला हवे, की जे पदार्थ विकत घेताना व उपयोगात आणताना हाताळावयास सोपे राहील.

- दूध आणि दुग्धपदार्थ सूक्ष्मजीवांमुळे खराब होत असतात. यासाठी आपणास उत्पादन, वेष्टण, भंडारण, व ने-आण या क्रियेत सावधानता बाळगायला हवी. तसेच, पॅकेजिंगबरोबरच पदार्थाची कोल्ड चेनच्या प्रभावशाली पध्तीने नेण्याची आवश्यकता असते.
- सर्वसाधारणपणे पॅकेजिंगसाठी वापरले जाणारे साहित्य दुग्धपदार्थांना बाहेरील हवा, पाणी, भेसळ, आर्द्रता व प्रकाश यापासून सुरक्षित ठेवणारे असावे.
- आज ग्राहक कमीत कमी प्रक्रिया केलेले दुग्धपदार्थ, वितरणातील बदल, नवीन दुग्धपदार्थ, इंटरनेट शॉपिंग, ऑटोमॅटिक हाताळणी (दुधाचे ATM) आणि ग्राहकाच्या सुरक्षेसाठीचे कडक नियम, यामुळे नवीन आणि योग्य पॅकेजिंग तंत्रज्ञानाची गरज निर्माण झाली आहे.

पॅकेजिंगसाठी विविध गॅसचा वापर

- विविध दुग्धपदार्थांसाठी विविध गॅसेस वापरले जातात. ऑक्सिजन, नायट्रोजन आणि कार्बन डायऑक्साइड व त्यांचे मिश्रण यांचा प्रामुख्याने वापर केला जातो. याव्यतिरिक्त ओझोन, इथिलीन ऑक्साइड, नायट्रस ऑक्साइड, हेलियम, निऑन, अरगॉन (फळे आणि भाजीपाल्यांसाठी) तसेच बेकरीच्या पदार्थांसाठी प्रोपीलीन ऑक्साइड आणि इथेनॉल व्हेपर वापरतात.
- दूध थंड करण्याअगोदर कार्बन डायऑक्साइडची प्रक्रिया दिल्यास दुधाची टिकवण्याची क्षमता वाढवता येईल.
- प्रगत देशातील संशोधनानुसार, MAPने पॅकिंग केलेले दूध रेफ्रिजरेशन तापमानाला दोन महिने राहू शकते. परंतु, याचा वापर दुधाच्या किरकोळ विक्रीसाठी केला जात नाही.
- MAPनुसार पोस्टर पेपर / ॲल्युमिनिअम फॉइल / लो डेनसिटी पॉलिइथायलीनमध्ये नायट्रोजनने

पॅक केल्यास दाणेदार खवा ११ अंश सेल्सिअस तापमानास ६० दिवस टिकतो.

- ६७.१% कार्बन डायऑक्साइड, २६.३% नायट्रोजन आणि ६.६% ऑक्सिजन या प्रमाणात गॅसेसचे मिश्रण भरल्यास क्वार्ग चीज ४ अंश सेल्सिअस तापमानास ६७ दिवस टिकते.

पॅकेजिंगचे CAP आणि MAP तंत्रज्ञान

- नियंत्रित वायुमंडलीय पॅकेजिंग ज्याला CAP असेही म्हणतात आणि परिवर्तित वायुमंडलीय पॅकेजिंग ज्याला MAP असेही संबोधतात.
- MAP तंत्रज्ञानात पॅकेजमधील हवेच्या जागी एक किंवा अनेक गॅसेसचे (मुख्यत: कार्बन डायऑक्साइड, नायट्रोजन आणि ऑक्सिजन यांचे) मिश्रण भरले जाते; तर CAPमध्ये म्हणजेच नियंत्रित वायुमंडलीय पॅकेजिंग या तंत्रात गॅसेसची सतत देखरेख, समायोजन / बदल इत्यादी गोष्टी पॅकेजिंगच्या डब्यात किंवा इतर प्रकारात केल्या जातात. यामुळे अनुकूल वातावरण तयार होऊन दुग्धपदार्थांची गुणवत्ता टिकून राहते आणि पदार्थ टिकवण्याच्या कालावधीतही वाढ होते.
- या तंत्रज्ञानामुळे सूक्ष्मजीवांची वाढ कमी होते. सजीवांच्या शरीरात निर्माण होणाऱ्या द्रव्या(संप्रेरकां)मुळे होणारी हानी टळते.
- व्हॅक्यूम पॅकिंग तंत्रज्ञानालादेखील MAP हा उत्तम पर्याय आहे. MAP तंत्रज्ञानाने मासे, मांस, सँडविच, सॅलड आणि भाजीपाला यांच्या टिकवण्याच्या क्षमतेत वाढ करण्यासाठी यशस्वीपणे वापर केला गेला आहे. याचबरोबर पनीर, खवा, मोझारेला चीज, कॉटेज चीजसाठी MAPचा वापर टिकवणक्षमता वाढवण्यासाठी करण्यात आल्याच्या नोंदी संशोधनात आढळतात.
- दुग्धपदार्थांची सुरुवातीची गुणवत्ता (पंचेंद्रिय ज्ञानेंद्रिये आणि सूक्ष्मजीवांची संख्या) याबरोबर संपूर्ण प्रक्रियेदरम्यान उपयुक्त तापमान हे महत्त्वाचे घटक ५०-६०% समन्वयाची, परिणामतेची भूमिका बजावतात. तसेच, पॅकेजिंग मटेरिअल, गॅसचे मिश्रण इत्यादी घटक ४०% समन्वयासाठी परिणामकारक ठरतात.
- MAPचे सर्वसाधारणपणे दोन प्रकार पडतात : श्वसनक्रिया करणारे आणि श्वसनक्रिया न करणारे. दूध आणि दुग्धपदार्थ श्वसनक्रिया न करणाऱ्या प्रकारात मोडतात. श्वसनक्रिया करणाऱ्या पदार्थांच्या पॅकेजमध्ये पॅकेजमधून आणि आतून गॅसेसचे / वायुरूप अदलाबदल / विनिमय होते. यामुळे तयार होणाऱ्या अंतिम वातावरणामुळे गतिमान चैतन्यशील समतोल साधला जातो.
- याउलट श्वसन न करणाऱ्या प्रकारात कुठलेही वायुरूप अदलाबदल होत नाही. याला काही चीजचे प्रकार अपवाद आहेत.
- पॅक केलेला दुग्धपदार्थ किंवा अन्नपदार्थांतील सूक्ष्मजीवांची संख्या ही कमीत कमी असायला हवी. ही जास्तीची संख्या पदार्थाच्या गुणवत्तेवर परिणाम करते.
- जास्तीची सूक्ष्मजीवांची संख्या, शिफारशीपेक्षा जास्तीचे तापमान यामुळे एखाद्या पदार्थाची टिकवण्याची क्षमता ५०-७० टक्क्यांपेक्षा कमी होऊ शकते.
- काही शास्त्रज्ञांच्या मते, अनेक गॅसेसमधील २०-३०% कार्बन डायऑक्साइड किंवा १०% कार्बन डायऑक्साइड सूक्ष्मजीवांची संख्या रोडावण्यास पुरेसा ठरू शकतो.
- पदार्थ साठवणुकीच्या वेळेस थंड तापमान (४ अंश सेल्सिअस किंवा कमी) आणि MAP यामुळे चांगला परिणाम साधला जाऊन पदार्थ टिकवण्याच्या क्षमतेत वाढ होते.
- चांगले पॅकेजिंग साहित्य वापरल्यास पदार्थ टिकवण्याच्या क्षमतेत सुधार दिसून येतो.

- पाण्याचे बाष्प कमी परावर्तित करणारी आणि गॅसेसला अडथळा निर्माण करणारे पॅकेजिंग साहित्य असावे.
- MAPसाठी वापरले जाणारे पॅकेजिंग साहित्य हे सर्वसाधारणपणे थर्मोप्लास्टिक पॉलिमरवर आधारित असतात.
- वितरण आणि विक्रीदरम्यान, मशीन हाताळणीदरम्यान पॅकेजिंग साहित्याने तग धरावे, यासाठी सदर साहित्याची यांत्रिक शक्ती उत्तम असायला हवी.
- कार्बन डायऑक्साइडचा सूक्ष्मजीव विरोध परिणाम साध्य करून घेण्यासाठी पॅकेजिंग फिल्म अछिद्र व गॅसेस अदलाबदल न होणारी असायला हवी.
- पॅकेजमधील गॅसेसचे मिश्रण अभंग राखण्यासाठी ऑक्सिजन आणि कार्बन डायऑक्साइड या गॅसेसना पॅकेजिंगमधून बाहेर जाऊ न देणे यावर MAPचे यश-अपयश अवलंबून आहे.
- पॅकेजिंग मटेरिअलची वरील प्रकारची अपेक्षित वैशिष्ट्ये आणि गरम तापमानास सिलिंग होणे इत्यादी गोष्टी क्वचितच एकाच पॉलिमरमध्ये आढळतील. यासाठी काही पॉलिमरचे थर एकत्र करून वरील प्रकारच्या वैशिष्ट्यांची पूर्तता करता येईल.
- श्वसनक्रिया न करणाऱ्या पदार्थांसाठी नायलॉन / पॉलिइथायनील (PE) / नायलॉन/ पॉलिव्हिलीडिन क्लोराइड (PVDC)/PE या प्रकारच्या संयुक्त बांधणी, रचना असलेले पॅकेजिंग मटेरिअल अपेक्षित वैशिष्ट्यांनी परिपूर्ण असलेले असेल. नायलॉनमुळे पॅकेजची शक्ती, सामर्थ्य वाढेल, तर EVOH किंवा PVDC मुळे गॅस आणि आर्द्रता, बाष्प यांना अटकाव होईल. तसेच PEमुळे पॅकेजच्या गरम सिलिंगसाठी अडचण येणार नाही.

परिवर्तित वायुमंडलीय पॅकेजिंग (MAP)चे फायदे व तोटे

फायदे	तोटे
• पदार्थ ताजा दिसतो.	• किंमत / खर्च वाढतो
• पदार्थ टिकवण्याची संभाव्य क्षमता ५०-४०० टक्क्यांनी वाढते.	• तापमान नियंत्रण आवश्यक
• पदार्थ जास्त काळ साठवणुकीदरम्यान झालेले आर्थिक नुकसान कमी करते.	• वेगवेगळ्या पदार्थांसाठी वेगवेगळे गॅसेसचे मिश्रण आवश्यक
• पदार्थांचे लांबवर वितरण करणे शक्य होते. शिवाय मार्केट-क्षेत्र वाढते.	• पदार्थांची सुरक्षितता स्थापित करावी लागते.
• उत्तम गुणवत्तापूर्ण पदार्थ ग्राहकास देता येतो.	• एकदा पॅक उघडल्यास पुन्हा फायदा घेता येत नाही.
• पदार्थांचे काप पाडण्यास उपयुक्त	• कार्बन डायऑक्साइड जर अन्नात मिश्रित झाला तर पॅकेजिंग बिघडते.
• पॅक उघडण्यास सोपे	• विशिष्ट मशिनरी, प्रशिक्षण आवश्यक

दुग्धपदार्थातील आधुनिक पॅकेजिंग तंत्रज्ञान

नवीन पॅकेजिंग पद्धती दुग्धपदार्थांना अतिरिक्त, अधिकची सुरक्षा प्रदान करतात, ज्यामुळे दुग्धपदार्थ टिकवण्याच्या क्षमतेत वाढ होते.

● निर्वात पॅकिंग (Vaccum Packaging) ● परिवर्तित वायुमंडलीय पॅकेजिंग (Modified Atmosphere Packaging) ● नियंत्रित वायुमंडलीय पॅकेजिंग (Cantrolled atmosphere Packaging) ● सक्रिय पॅकेजिंग (Active Packaging) ● जिवाणूनिरोधक पॅकेजिंग ● रिटोर्ट पॅकेजिंग इत्यादी

MAPसाठी उपयोगात येणाऱ्या लॅमिनेटचे (अनेक थरांचे) उदाहरण

लॅमिनेट	माप गेज* / मायक्रॉन /** # Mil	प्रवेश क्षमता (Permeability) (ml/m^2 / 24h / 1atm)			पदार्थ	संदर्भ
		O_2	CO_2	N_2		
PET / Pvdc / PE	१२** / ३** / ५०*	८-१०	३०	८	-	
PVC / LDPE	४००* / ७५*	१५	३०	४	-	झागोरे केदर (१९८६)
Nylon / Pvdc / PE	६०* / ५** / १००*	९	-	-		
Pvdc-coated PET / PE	१५**/ ६०*	२-४	-	-		
PVC / PE	४००* / ७५*	१५	-	-		
PVdc / Nylon / LDPE	०.६ # / ३ # /०६ #				कॉटेज चीज	मनिअर (१९९४)
कायोवॅक आणि LL / BA / Nylon-6 / BA / LDPE पॉली बाईंडिंग एजंड	७०** आणि ११०**	३-६ आणि ३६			मोझारेला चीज	तनवीर / आलम आणि गोयल (२००४-०५)
EVA / Pvdc / EVA		२६.५ ७९.९			मोझारेला चीज	अलवेझ (१९९६)
PET / PE किंवा PET/ PE / मिटेलोसीन / PE					पनीर	कार्तीकेअन (२००५)

■

आधुनिक पॅकेजिंगमुळे वाढते पदार्थांची टिकवणक्षमता, गुणवत्ता

> वेगवेगळ्या प्रकारच्या अन्नपदार्थांत वेगवेगळ्या प्रमाणात विविध घटकांचे प्रमाण आढळते. अन्नपदार्थांच्या अंगबांधणीचा प्रकार, आर्द्रतेचे प्रमाण, घटक, तो खराब होण्याची विशिष्ट पद्धत, प्रकार इत्यादींमुळे वेगवेगळे पॅकेजिंगचे प्रकार, पद्धतींचा अवलंब करणे समजून घेणे गरजेचे आहे.

पदार्थांच्या पॅकेजिंगसाठी पॅकेजिंगच्या आधुनिक पद्धतींचा वापर पदार्थाची टिकवणक्षमता, गुणवत्ता वाढवण्यास नक्की होतो. सक्रिय किंवा क्रियाशील पॅकेजिंग (active packaging), ऑक्सिजन शोषणारे (oxygen absorber), कार्बन डायऑक्साइड-शोषक (CO_2 scavenger), इथेलिन-शोषक (Ethylene absorber), आर्द्रता शोषक, गंध आणि सुगंध शोषणारे किंवा सोडणारे, लॅक्टोज (दुधाची साखर) आणि कोलेस्टेरॉल काढणारे इत्यादी नवीन प्रकारचे तंत्रज्ञान विविध अन्नपदार्थांची टिकवणक्षमता व गुणवत्ता वाढवण्यासाठी नक्कीच आधारभूत राहते.

कार्बन डायऑक्साइड-शोषक

- पदार्थाच्या पॅकेजिंगदरम्यान जमा झालेला कार्बन डायऑक्साइड काढण्यासाठी त्यामध्ये छोटी शोषकाची पिशवी (पुडी) ठेवल्यास पॅकेजिंगमधील कार्बन डायऑक्साइड काढून टाकला जातो. यामुळे पॅकेज फुटण्यापासून व खराब होण्यापासून वाचते.
- कार्बन डायऑक्साइड-शोषकात कॅल्शिअम हायड्रॉक्साइड, सोडिअम हायड्रॉक्साइड, पोटॅशिअम हायड्रॉक्साइड, कॅल्शिअम ऑक्साइड आणि सिलिका जेल यांचा वापर होतो. ही क्रिया पुढीलप्रमाणे होते :

  $$Cao + H_2O \rightarrow Ca(OH)_2$$

  $$Ca(OH)_2 + CO_2 \rightarrow CaCO_3 + H_2O$$
- या पॅकेजिंगचा उपयोग कॉफी आणि कुटून बारीक केलेले पदार्थ व चीज यांच्यासाठी होतो.

इथिलीन-शोषक

- इथिलीन हे वाढीसाठी उत्तेजक संप्रेरक आहे. यामुळे पिकण्याची क्रिया वेगाने होऊन फळे, भाजीपाला यांची टिकवण्याची क्षमता कमी होते. यासाठी ताज्या अन्नपदार्थातील इथिलीन नियंत्रणात ठेवल्यास काढणीपश्चात काळातील पदार्थाची टिकवणक्षमता वाढते.
- इथिलीन-संवेदनशील फळे, भाज्या उदाहरणार्थ, सफरचंद, केळी, आंबा, टोमॅटो, कांदा, गाजर यामध्ये इथिलीन-शोषक उपयोगी ठरू शकते. सक्रिय कार्बनचा इथिलीन शोषणासाठी वापर

करता येतो. झिओलाईटद्वारेदेखील लहान-लहान छिद्रांतून इथिलीन शोषले जाते.

आर्द्रता-शोषक

- आर्द्रतेला संवेदनशील असणाऱ्या अन्नपदार्थांवर पॅकेजमधील जास्त आर्द्रतेमुळे हानिकारक परिणाम होतात.
- काही पावडर स्वरूपातील पदार्थ केकिंगसारखे होणे, कुरकुरीत पदार्थांमध्ये मऊपणा आढळणे, मिठाई, कँडी ओलसर किंवा चिकट होणे इत्यादी परिणाम आढळतात.
- सिलिका जेल, मॉलिकूलर सिव, नैसर्गिक क्ले, कॅल्शिअम ऑक्साइड, कॅल्शिअम क्लोराइड आणि मॉडिफाइड स्टार्च इत्यादी पदार्थ आर्द्रता-शोषक म्हणून काम करतात.
- दोन थरांच्या प्लास्टिक फिल्ममध्ये आर्द्रता निर्माण करणारा घटक ठेवल्यास अतिरिक्त पाणी कमी होते.
- कॅल्शिअम क्लोराइड आणि मॅग्नेशिअम क्लोराइड यांचा वापर पॅकेजिंग साहित्यामध्ये केल्यास पदार्थाची आर्द्रता नियंत्रित करण्यास मदत होते.

गंध, सुगंध शोषणे किंवा सोडणे

- अन्नपदार्थाचा अखंडपणा भंग पावल्यास त्यातून अनिष्ट, नको असलेले गंध बाहेर पडतात. सेल्युलोज ट्राय ॲसिटेट, ॲसिटायलेटेड पेपर, सायट्रिक ॲसिड, फेरस सॉल्ट, सक्रिय कार्बन, क्ले आणि झिओलाइट यांचा समावेश पॅकेजिंग मटेरिअलमध्ये केल्यास नको असलेला गंध दूर करण्यास मदत होते.
- अन्नपदार्थाची ज्ञानेंद्रियानुसारची गुणवत्ता सुधारण्यासाठीदेखील यांचा वापर होतो. सक्रिय कार्बनचे छोटे पॅकेट पॅकेजिंगमध्ये ठेवल्यास टोमॅटो पिकण्याची क्रिया हळुवारपणे होऊन ज्ञानेंद्रियानुसारच्या गुणवत्तेत सुधारणा होते.

लॅक्टोज आणि कोलेस्टेरॉल काढणारे

पृष्ठभागाच्या क्रियेशी LDPE फिल्ममध्ये Beta-galactosidase (lactase) संलग्न होते. यामुळे दुधातील साखर न पचणाऱ्यांसाठी सदर पदार्थ खाण्यायोग्य होतो. दूध आणि दुधापासून बनवलेल्या पदार्थांच्या पॅकेजिंगमध्ये याचा वापर होतो. LDPE फिल्म यात सक्रिय पॅकेजिंग म्हणून काम करते.

जिवाणू विरोधक सोडणारी पद्धत

नको असणारे किंवा अन्नपदार्थ खराब होण्यास कारणीभूत असणाऱ्या सूक्ष्मजीवांच्या नियंत्रणासाठी यांचा वापर केला जातो. तसेच, पॅकेजिंग फिल्ममध्ये बायोॲक्टिव्ह एजंट टाकणे किंवा पॅकेजमधील फिल्मवर थर देणे इत्यादी पद्धती वापरल्या जातात. ॲसिड अनहायड्राइड, प्रतिजैविक, बॅक्टेरिओसीन, ऑरगॅनिक ॲसिड, पॉलिसॅकराइड इत्यादी प्रकारचे संयुग या पद्धतीत वापरले जातात.

ॲटिऑक्सिडंट सोडणारे

परिणाम साधण्यासाठी BHA आणि BHT पदार्थांचा वापर हा कोरड्या पॉलिओलेफिन फिल्ममध्ये पदार्थांसाठी करता येईल. अनेक थरांच्या (मल्टिलेअर) क्रियाशील पॅकेजमध्ये अल्फा टोकोफेरॉलचा वापर दूध पावडरच्या पॅकेजिंगमध्ये फायदेशीर ठरतो.

कार्बन डायऑक्साइड इमीटर

काही अन्नपदार्थांत कार्बन डायऑक्साइडचे प्रमाण जास्त ठेवल्यामुळे (१० ते ८०%) सूक्ष्मजीवांची संख्या नियंत्रणात ठेवली जाऊन टिकवणक्षमता वाढते. सदर पद्धत फेरस कार्बोनेट किंवा ॲस्कॉरबीक ॲसिड आणि सोडिअम बायकार्बोनेटचे मिश्रण यावर आधारित आहे.

इथेनॉल इमीटर (उत्सर्जी)

- इथेनॉल इमीटरमुळे बुरशी, ईस्टच्या प्रथिनांचे डिनॅचरेशन (denaturation) होऊन सूक्ष्मजीव-विरोधक परिणाम साधला जातो.
- सदर परिणाम कमीत कमी प्रमाणात वापर

केल्यामुळेदेखील होतो. काही छोटे पॅकेट इथेनॉल बाष्प निर्माण करतात. याचा वापर केक, ब्रेडमध्ये करता येतो.

- स्लाइस ब्रेडमध्ये (गव्हाचा) इथेनॉल इमीटरचा वापर केल्यास २० अंश तापमानास २४ दिवसांपर्यंत ब्रेड टिकतो.

ऑक्सिजन-शोषक पॅकेजिंग

- ऑक्सिजन-शोषक ऑक्सिजन पॅकेजच्या आतील ऑक्सिजन शोषून घेतात. पॅकेजच्या बांधणीत किंवा रचनेत लोहाचा समावेश करून त्याचे रासायनिकरीत्या एकत्रीकरण केल्याने पॅकेजच्या आतील वातावरणातून प्रभावीपणे ऑक्सिजन काढून घेते.
- लोहाचे फेरस सॉल्टबरोबर ऑक्सिडीकरण (पदार्थांचा प्राणवायूशी संयोग) होऊन स्थिर व अचल ऑक्साइड रूप येते, यावर ही पद्धत आधारित असल्याचे काही शास्त्रज्ञांनी नमूद केले आहे.
- एक ग्रॅम लोहाची ३०० सीसी ऑक्सिजनशी क्रिया होत असते, असे संदर्भदेखील आढळतात. सल्फाइट, बोरॉन, उष्णतेला शोषक अशा विकारांचादेखील ऑक्सिजन-शोषक म्हणून वापर होतो.
- ऑक्सिजन-शोषकाचे वर्गीकरण हे त्यांच्या सक्रिय असणाऱ्या यंत्रणेवर (पाण्याने सक्रिय होणारे, अतिनील किरणाने सक्रिय होणारे) तसेच, शोषणाचा प्रकार पिशवी किंवा पुडी), बाहेर टाकणारे घटक, क्रियेचा वेग (अतिवेगाने, मध्यम, कमी वेगाने) यावरही अवलंबून आहे.
- व्यावसायिकरीत्या ऑक्सिजन-शोषक विविध व्यापारी नावाने उपलब्ध आहेत.
- ऑक्सिजन शोषणाऱ्या फिल्मने UHT दूध पॅक केल्यास विरघळणाऱ्या ऑक्सिजनचे प्रमाण २३ ते २८ टक्क्यांनी कमी होते. त्यामुळे साठवणुकीदरम्यान पदार्थाचा ताजेपणा निघून जातो, असे काही संशोधनात आढळले आहे.

सक्रिय किंवा क्रियाशील पॅकेजिंग

या पॅकेजिंग तंत्रज्ञानात पॅकेजिंग फिल्ममध्ये किंवा पॅकेजिंग कंटेनरमध्ये काही पदार्थांचा अंतर्भाव केला जातो किंवा एकीकरण केले जाते. यामुळे पॅकेज, पदार्थ आणि वातावरण यांची परस्परांवर क्रिया होऊन अन्नपदार्थ सुरक्षित ठेवण्यास, पदार्थाची टिकवणक्षमता वाढवण्यात, तसेच पदार्थ ज्ञानेंद्रियांनुसारच्या गुणधर्मात टिकवून ठेवण्यास मदत होते.

क्रियाशील पॅकेजिंगचे व्यापक स्वरूपातील वर्गीकरण

अवशोषी पद्धती (Absorbing System)	**सोडणारी क्रिया पद्धत (Releasing System)**	**इतर पद्धती**
• ऑक्सिजन-शोषक • कार्बन डायऑक्साइड-शोषक • इथिलीन-शोषक • गंध-शोषक • लॅक्टोज, कोलेस्टेरॉल काढणारे	• कार्बन डायऑक्साइड इमीटर • इथेनॉल इमीटर • जिवाणू विरोधक सोडणारे	• स्वत: गरम होणारे (self heating) • ॲल्युमिनिअम स्टील कॅन्स • स्वत: थंड होणारे (स्टील किंवा ॲल्युमिनिअम कंटेनर)

■

पॅकेजिंगसाठी इंडिकेटर, बायोसेन्सर, नॅनो टेक्नॉलॉजीचा वापर

अत्याधुनिक पॅकेजिंग नवीन वाटत असले तरी येणाऱ्या काळात झपाट्याने बदलणाऱ्या तंत्रामुळे त्याचा वापर सर्वसामान्य होईल यात शंका नाही. या अत्याधुनिक तंत्राची थोडक्यात माहिती घेऊ.

प्रगत देशात आणि भारतात अगदी कमी प्रमाणात पॅकेजिंगचे पदार्थ टिकवण्यासंबंधीचे अत्यंत प्रगत तंत्रज्ञान वापरले जाते. असे प्रगत पॅकेजिंगचे तंत्र वेगवेगळ्या पदार्थांसाठी वापरता येईल.

स्वतः गरम आणि थंड होणारे

- या पॅकेजच्या प्रकारात कॅल्शिअम किंवा मॅग्नेशिअम ऑक्साइड आणि पाणी यामुळे उष्मादायी क्रिया होते. कॅनच्या खालच्या भागाला धक्का देऊन बाजूला ढकलल्यामुळे पाण्याबरोबर क्षारांची क्रिया होऊन उष्मादायी रिॲक्शन होते. यामुळे पदार्थ गरम होतो.
- प्रवासात जेवणासाठी, प्लास्टिक कॉफी कॅन्स, मिलीटरी रेशन यासाठी या प्रकारच्या तंत्राचा उपयोग होतो.
- स्वतः थंड होणाऱ्या पॅकेजिंग प्रकारात बाहेरील घटकाचे बाष्पीभवन होऊन आतील उष्णता बाहेर पडून पदार्थ थंड होतो. पेय थंड करण्यासाठी खालचा भाग पिळून, सील तोडून बाष्पीभवन होऊन पेयाचे तापमान १६ अंश सेल्सिअसपर्यंत आणता येते.

इंटेलिजंट पॅकेजिंग

या पद्धतीत पदार्थाच्या गुणवत्तेबाबत थेट माहिती दिली जाते. यात ताजेपणाचे निर्देशांक, गॅसेस आणि गळतीचे निर्देशांक आणि पॅकेजची टिकवण्याची स्थिती (वेळ, तापमान-निर्देशांक) या माहितीचा समावेश असतो. या पद्धतीत अनेक प्रकारचे कार्य (संवेदक, ट्रेसिंग, रेकॉर्डिंग इत्यादी) करणारे पॅकेज असते; जेणेकरून गुणवत्ता, सुरक्षा, टिकवणक्षमता इत्यादीसंबंधी निर्णय घेता येतात.

वेळ, तापमान-निर्देशक पॅकेजिंग

- तापमानाचा नेहमी पदार्थाच्या गुणवत्ता व सुरक्षेवर परिणाम होत असतो. तापमानानुसार भौतिक वैशिष्ट्यातील (रंग, आकार) बदल या तंत्राद्वारे कळतात.
- तापमानाच्या संपूर्ण परिणामाची सतत नोंद घेऊन एकूण झालेला प्रभाव नियंत्रित करते. प्रतिसाद यंत्रणेनुसार अर्धा किंवा पूर्ण निर्देशांक उपलब्ध असतो. व्यावसायिकरीत्या मॉटिटर मार्क, टाइमस्ट्रिप, फ्रेशचेक, चेकपॉइंट या नावाने सदर तंत्रज्ञान उपलब्ध आहे.

रेडिओलहरींचा वापर

या पद्धतीत रेडिओलहरींच्या माध्यमातून पदार्थाच्या गुणवत्तेसंबंधी माहिती मिळते. या पद्धतीत टॅग, ट्रान्सपॉडर (डाटा वाहून नेणारे) रीडर आणि संगणक प्रणाली (सॉफ्टवेअर, हार्डवेअर, नेटवर्किंग आणि डाटाबेस) यांचा वापर होतो.

ऑक्सिजन इंडिकेटर (निर्देशक)

रासायनिक किंवा इतर क्रियेमुळे (पदार्थ खराब होताना) रंगात बदल झाल्यामुळे ऑक्सिजनची वाढलेली किंवा खालावलेली पातळी या प्रकारात निर्देशांक / सूचक असते. याचे लूमिन्सेसवर आधारित ऑक्सिजन निर्देशांक, क्लोरोमेट्रिक निर्देशांक आणि क्लोरोमेट्रिक रिडॉक्स डाय निर्देशांक असे प्रकार पडतात.

ताजेपणाचे इंडिकेटर

- यामध्ये पदार्थाचा ताजेपणा खराब होण्याचे किंवा नाहीसा होण्याचे संकेत दिले जातात.
- पदार्थाच्या बदललेल्या सामूमुळे रंग-बदलावर हे सूचक संवेदक आधारित आहे. यामुळे पदार्थ अजून किती काळ खाण्यायोग्य राहील याचा अंदाज येतो.
- व्होलाटाइल मेटाबोलाइट जसे, डाय ॲसिटाइल, अमाइन, कार्बन डायऑक्साइड, अमोनिया आणि हायड्रोजन सल्फाइड इत्यादींमुळे पदार्थाच्या बदललेल्या सामूमुळे रंग-बदलावर हे सूचक संवेदक आधारित आहे. कोरियात 'किमची' (आंबवलेल्या भाज्यांपासूनचे अन्न) अन्नाचा ताजेपणा व आंबवण क्रिया प्रिंटिंग इंकच्या माध्यमातून (क्रोमोसेटॉल पर्पल आणि मिथाइल रेड) निर्देशित केली जाते. त्यामुळे पदार्थ अजून किती काळ खाण्यायोग्य राहील याचाही अंदाज येतो.

बायोसेन्सर

- जैविक क्रियाच्या संबंधित विश्लेषणात्मकरीत्या काम करून माहिती रेकॉर्ड करून दिली जाते. यात बायोरिसेप्टरचा (इन्झायम, ॲटिजेन, मायकोन, हार्मोन आणि न्यूक्लिक ॲसिड यांचा)समावेश असतो. याशिवाय ट्रान्सड्यूसर (एका प्रकारच्या शक्तींचे दुसऱ्या प्रकारच्या शक्तीत रूपांतर करणारे साधन) म्हणजे ऑप्टिकल, कॅलेरोमीटर, इलेक्ट्रोकेमिकल यांचा समावेश असतो. टॉक्सिन गार्ड, कॅनडा आणि फूड सेनटीनेल सिस्टिम, कॅलिफॅनिया असे दोन बायोसेन्सर व्यावसायिकरीत्या उपलब्ध आहेत.
- बायोसेन्सरद्वारे जैविक क्रियेची विश्लेषणात्मक माहिती रेकॉर्ड करून दिली जाते.

नॅनोटेक्नॉलॉजी

- नॅनो टेक्नॉलॉजीमुळे पदार्थात जिवाणूविरोधी वातावरण तयार होऊन जिवाणू वाढत नाहीत. जर जिवाणूंची वाढ झालीच तर त्यात संवेदक (नॅनोसेन्सर) बसवता येतात. त्यामुळे पदार्थ खराब झाल्याची सूचना मिळते.
- नॅनोसेन्सर जीभेसारखे किंवा नाकासारखे काम करते. न्यूजर्सी येथील एका कंपनीत शास्त्रज्ञांनी 'इलेक्ट्रॉनिक जीभ' बनवली आहे. ही जीभ पदार्थासोबत डब्यात पॅक करतात. पदार्थ खराब होताना त्यातून गॅस बाहेर पडत असतात. वायू नॅनोसेन्सरची जाळी असलेल्या इलेक्ट्रॉनिक जिभेला हे लगेच कळते.
- एका कंपनीच्या पॅकेजिंगच्या वेष्टनामध्ये सिलिकेटचे नॅनोकण मिसळून वेष्टनातील बाष्प खूप काळापर्यंत टिकवण्याचा प्रयत्न केला आहे. शिवाय, या वेष्टनातून हवाही आत जाऊ शकत नाही. या वेष्टनाची जाडी फक्त ५ नॅनोमीटर असल्यामुळे ते नुसत्या डोळ्यांनी दिसत नाही. शिवाय, पदार्थासोबत खाल्ल्यास किंवा पोटात गेल्यास अपाय होणार नाही. त्यामुळे पदार्थ खूप काळापर्यंत टिकवला जाऊ शकतो.
- पदार्थावर धूळ बसू नये म्हणून 'डस्ट फ्री' वेष्टन बाजारात मिळू लागली आहेत. या प्रकारचे

पॅकेजिंग साहित्य नॅनोकणांपासून बनवलेले आहे. धुळीचा आकार या नॅनोकणांपेक्षा मोठा असल्यामुळे या वेष्टनांवरून धूळ घरंगळून जाते.

- काही पॅकेजिंग साहित्यामध्ये प्रथिने वापरली आहेत. ही प्रथिने अन्न खराब करणाऱ्या जिवाणूंना स्वत:शी बांधून घेतात आणि चमकतात. या चमकण्यावरून अन्नात जिवाणू तयार होत आहेत, हे कळते. जितके जिवाणू जास्त तितके चमकणे जास्त.
- काही पदार्थ आत पॅकेजला चिकटलेले असतात. अशा पदार्थांसाठी बाटल्यांच्या आत साधारणपणे २० नॅनोमीटर जाडीची एक फिल्म लावलेली असते. सदर फिल्म स्वनिर्मळतेचा गुण असलेली असते. यामुळे काही खास पदार्थ शेवटच्या थेंबापर्यंत वापरणे शक्य होणार आहे.
- अन्नात विषारी द्रव्ये मिसळली आहेत का, हे ओळखण्यासाठी अमेरिकेमध्ये एक बोटासारखा सेन्सर (बायोफिंगर) शोधला आहे. यात एका टोकास अतितीक्ष्ण सुई असते. ही सुई पदार्थावरून फिरवल्यावर पदार्थात जर विषारी द्रव्ये असतील तर ही सुई त्या पदार्थाच्या रेणूशी स्वत:ला बांधून घेते आणि थरथरते. याने कॉम्प्युटरमध्ये नोंद होते आणि कुठली विषारी द्रव्ये मिसळली आहेत, ते लगेच कळते.

खाद्य म्हणून वापरता येईल असा लेप / थर

- एडिबल कोटिंग म्हणजे खाता येण्याजोगी फिल्म, ज्यामुळे अन्नास एक सुरक्षित थर, आधारभूत स्ट्रक्चरदेखील मिळते. अशा प्रकारच्या फिल्म आणि लेपामुळे पदार्थास ताजेपणा, चकाकीपणा, तसेच त्यातील मूळपणा तसाच राहण्यास मदत होते.
- एडिबल कोटिंग विकसित करण्यासाठी वेगवेगळे हायड्रोक्लोराइडवर आधारित प्राणिजन्य प्रथिने, वनस्पतींपासूनचे स्रोत (उदाहरणार्थ, निवळी, सोया, कॉर्न, द्विदल पीक) किंवा पॉलिसॅकराईड (उदाहरणार्थ, काष्ठतंतू, अलजिनेट किंवा स्टार्च) लिपिड (वॅक्स, फॅटी ॲसिड) किंवा सिंथेटिक पॉलिमर (उदाहरणार्थ, पॉलिविनायल ॲसिटेट) इत्यादी पदार्थ योग्य आहेत. असे पायाभूत पौष्टिक घटक फळांची किंवा भाज्यांची पौष्टिकता वाढवण्यासाठी उपयोगात आणतात. 'एडिबल कोटिंग' काही वेळेस ॲंटिमायक्रोबिअल कंपाउंड (जिवाणूविरोधक संयुग) वाहक म्हणूनही वापरता येते. यामुळे कापलेल्या ताज्या पदार्थांसाठी उपयोग होतो.
- क्रियाशील कोटिंग म्हणून सोडिअम अलजिनेटबरोबर नियंत्रित वायुमंडलीय पॅकेजिंगने (५०% कार्बन डायऑक्साइड आणि ५०% नायट्रोजन) मोझारेला चीजची टिकवणक्षमता ४ अंश सेल्सिअस तापमानास १६० दिवसांपर्यंत वाढवता येते.

बारकोडिंगमध्ये नॅनो टेक्नॉलॉजीचा वापर

- रेषा असलेला बारकोड आपणास अनेक वेष्टनांवर, टॅगवर पाहावयास मिळतो. बॅच क्रमांक, तो पदार्थ कधी बनवला आहे याची तारीख वगैरे माहिती या बारकोडवर असते. परंतु अतिरिक्त, जास्तीची माहिती यात साठवता येत नाही.
- काही वेळेस मांस, मासे पॅक केल्यावर त्याचे पाणी कमी झाल्यामुळे वजन बदलते. पण, हे बदललेले वजन बारकोडमध्ये नोंदवता येत नाही. पदार्थातील बदल आदी माहिती येथे येण्यासाठी नॅनो टेक्नॉलॉजीमध्ये बारकोडसाठी रेषांऐवजी प्रतिमा वापरल्या जातात.

■

लेखकांचा परिचय

डॉ. धीरज हिरामण कंखरे

- दुग्धशास्त्र विषयात पदव्युत्तर व पीएच.डी. पदवी प्राप्त तसेच पत्रकारितेची पदविकाही पूर्ण.
- सहयोगी प्राध्यापक म्हणून महात्मा फुले कृषी विद्यापीठाच्या कृषी महाविद्यालय, धुळे येथे पशुसंवर्धन व दुग्धशास्त्र विभागात कार्यरत.
- संशोधनपर लेख, मराठीतून शेतकऱ्यांसाठी माहितीपर लेख, घडीपत्रिका आणि पुस्तिका असे एकूण १८०हून अधिक प्रकाशित.
- धुळे आकाशवाणीवरून १२ मुलाखती प्रसारित.
- कृषी विज्ञान केंद्रातील विषय तज्ज्ञांसाठी, शेतकरी मेळावे, विस्तार केंद्र, कार्यशाळा इत्यादींच्या माध्यमातून ८०हून अधिक व्याख्याने.
- राज्यात प्रथमच कृषी विद्यापीठातून दुग्धपदार्थांचा 'विज्ञान डेअरी' नावाने ब्रँड तयार केला.
- २००७मध्ये कर्नाल, हरियाणा येथील आंतरराष्ट्रीय परिषदेत युवा शास्त्रज्ञ म्हणून संशोधन निबंधाचे सादरीकरण.
- *पशुपालन व दुग्धव्यवसाय, दुग्धप्रक्रिया तंत्र* ही पुस्तके प्रकाशित.

संपर्क : ९४०५७ ९४६६८ E-mail : dkankhare2001@yahoo.com

डॉ. सोमनाथ हनुमंत माने

- पशुपोषण विषयात पदव्युत्तर व पीएच.डी. पदवी प्राप्त.
- २००५पासून महात्मा फुले कृषी विद्यापीठात कार्यरत. सध्या साहाय्यक प्राध्यापक म्हणून कृषी महाविद्यालय, पुणे येथे कार्यरत.
- कृषी प्रदर्शने, कृषी मेळावे, चर्चासत्र आयोजनात सहभाग. संशोधनपर लेख, शेतकऱ्यांसाठी मराठी भाषेतून माहितीपर लेख, घडीपत्रिका आणि पुस्तिका असे एकूण १४०हून अधिक मराठी लेख प्रकाशित.
- पुणे जिल्ह्यातील २००पेक्षा जास्त साहिवाल गोपालक तयार करून 'साहिवाल क्लब' उभारण्यात मोठा वाटा. तसेच क्लबचे मुख्य तांत्रिक मार्गदर्शक.
- शेतकरी व विद्यार्थी यांच्यासाठी www.pashutech.com हे संकेतस्थळ सुरू केले.

संपर्क : ७५८८० ३२७०० E-mail : somnath.mane21@gmail.com

www.ingramcontent.com/pod-product-compliance
Lightning Source LLC
LaVergne TN
LVHW082039051026
849532LV00011B/3410
* 9 7 8 9 3 8 7 4 0 8 1 2 8 *